இளைஞர்களின் எழுச்சி நாயகன்

முனைவர்

ப. பாலசுப்பிரமணியன்

M.C.A., M.B.A., M.A., M.LISC., M.Phill., Ph.D.,

நூலகர்,
மனோன்மணியம் சுந்தரனார் பல்கலைக்கழகம்
திருநெல்வேலி - 627012

சங்கர் பதிப்பகம்

15/21, டீச்சர்ஸ் கில்டு காலனி, 2-வது தெரு,
இராஜாஜி நகர் விரிவு,
வில்லிவாக்கம், சென்னை-600 049.
தொலைபேசி: 044-26502086, 9444191256
email:shankar_pathippagam@yahoo.com
Web:www.shankarpathippagam.com

நூல் விவரப் பட்டியல்

நூலின் பெயர்
இளைஞர்களின் எழுச்சி நாயகன்

உரிமை
பதிப்பகத்தார்க்கு

நூலாசிரியர்
முனைவர் ப.பாலசுப்பிரமணியன்
M.C.A., M.B.A., M.A., M.LISC., M.Phill., Ph.D.,

நூல் அளவு
கிரௌன்

பதிப்பு ஆண்டு
முதல் பதிப்பு - 2022

பக்கங்கள்
128

விலை
ரூ.95/-

ISBN 978-93-87655-54-6

வெளியீடு
சங்கர் பதிப்பகம்
15/21, டீச்சர்ஸ் கில்டு காலனி,
2-வது தெரு, இராஜாஜி நகர் விரிவு,
வில்லிவாக்கம், சென்னை - 600 049.
தொலைபேசி: 044 - 2650 2086

வடிவமைப்பு & மேலட்டை
பழனி & லதா, வில்லிவாக்கம்.
தொலைபேசி : 8667041889

அச்சிட்டோர்
எம்.கே.கிராபிக்ஸ், சென்னை - 600 021.
தொலைபேசி : 98408 28213

என்னுரை

உலக வரலாற்றில் அறிவியல் அறிஞர் முதன்முதலில் குடியரசுத் தலைவராகப் பொறுப்பேற்று, தன் வாழ்நாள் எல்லாம் நாட்டின் வளர்ச்சிக்காகவும், இளைய தலைமுறையின் முன்னேற்றத்துக்காகவும் உழைத்த உத்தமர் ஐயா A.P.J. அப்துல்கலாம் அவர்களைப் பற்றி அறிந்து கொண்டதை ஒரு நூலாக வெளியிட வேண்டும் என்ற எண்ணம் என்னுள் எழுந்தது. அந்த எண்ணத்தின் வெளிப்பாடே இந்நூல். இந்நூல் தமிழ் உலகிற்கும், இளைஞர்களுக்கும் பயன்படுகின்ற வகையில் அமையும் என் சிறு முயற்சி இது. இந்த நூலினை அச்சிட்டு வெளிக்கொண்டு வந்த சங்கர் பதிப்பகத்திற்கு என் முதற்கண் நன்றியினைத் தெரிவித்துக் கொள்கின்றேன்.

நான் பணியாற்றும் மனோன்மணியம் சுந்தரனார் பல்கலைக் கழகத்துணை வேந்தர் முனைவர் கே. பாஸ்கர் அவர்கள் என்னுடைய எழுத்துப் பணிக்கு ஊக்கமும், உத்வேகமும்,

உற்சாகமும் தந்து என் வாழ்வில் அவர்கள் காட்டிய அக்கறைக்கும் அறிவுரைக்கும், நான் நன்றி சொல்லக் கடமைப்பட்டிருக்கிறேன்.

என் நல்வாழ்வின் வளர்ச்சிக்கும் உயர்வுக்கும் மேலான ஒரு வாழ்க்கை வழிகாட்டியாக நின்ற என் பெருமைக்குரிய பல்கலைக்கழகப் பதிவாளர் எஸ். சந்தோஷ்பாபு அவர்களுக்கும்.

A.P.J. அப்துல்கலாம் அவர்களைப் பற்றிய நூல்கள் கொடுத்து உதவிய ஆங்கிலத் துறை பேராசிரியை முனைவர் ஆர். வாசுகி அவர்களுக்கும் என் நன்றிகளைத் தெரிவித்துக் கொள்கிறேன்.

என் வாழ்வின் உயர்வுக்கு நல்லதொரு துணைவியான பா.தேவிக்கும் தங்கள் வாழ்க்கையினை எனக்காக விட்டுக் கொடுக்கும் என் மக்கள் செல்வங்களாகிய அன்பு மகன்கள், பா. பத்மா, பா. காயத்திரி, பா.ஜனனி, என்னுடைய மறைந்த தந்தை க.பலவேசம், என் தாய் ப.காமாட்சியம்மாள் அவர்களுக்கும் என் நெஞ்சார்ந்த நன்றி! பிழைகளைச் சரிபார்த்த பேராசிரியர் நா. முகம்மது உசேன் அவர்களுக்கும், என்னோடு களப்பணியாற்றும் அன்புச் சகோதரர்கள் முனைவர் ந.குணசிங், முனைவர் விஜயகுமார் ஆகியோர்க்கும் என் இதயங் கனிந்த நன்றியினைத் தெரிவித்துக் கொள்கிறேன்.

முனைவர் ப.பாலசுப்பிரமணியன்

பொருளடக்கம்

இளைஞர்களின் எழுச்சி

நாயகன்

அப்துல் கலாம்

1. இளமைக்காலம்

“இந்திய இளம் தலைமுறையினர் மத்தியில் வளமான எதிர்காலம் பற்றிய கனவுச் சிந்தனைகளைப் பயிர் செய்த தமிழ் விவசாயி. “இந்தியாவின் ஏவுகணை மனிதர்' என்று அழைக்கப்பட்டவர். இந்தியாவை வெகுவேகமாக வளர்ச்சிப் பாதையில் கொண்டு சென்று எல்லாவற்றிலும் தன்னிறைவான வலுமிக்க இந்தியாவை உருவாக்குவதைத் தனது கனவாகக் கொண்டிருந்தவர். இளம் தலைமுறையினரை வித்தியாசமாகச் சிந்திக்க வைக்கவும், புதியதைக் கண்டு பிடிக்கவும், இதுவரைப் பயணப்படாத பாதையில் பயணப்படவும், இதுவரை சாதித்திராத சாதனைகளைச் செய்து முடிக்கவும், இளைஞர்களுக்குத் துணிச்சலைப் பெற்றுத் தந்தவர்.

புதிய எண்ண நீரோட்டங்களை உருவாக்கிய நீருற்று. "உயர்ந்த லட்சியங்களை அடைய உயர்வாகச் சிந்தியுங்கள் என மாணவர்களுக்கு அறிவுரை கூறிய நாயகன். நூறு கோடி மக்களின் இலட்சிய சிகரத்தையும், அறிவுப் புதையலையும், இன்ப அமைதியையும் பெற்றுத்தந்த இளைஞர்களின் எழுச்சி நாயகன் அப்துல்கலாம்.

சென்னையில் இருந்து 550 கி.மீ. தொலைவில் உள்ள புனிதத் தலம், அதாவது இந்தியர்களுக்குப் புனித யாத்திரை முடியும் இடம்!

கலாமுக்கோ புனித யாத்திரை தொடங்கிய இடம்! அது கடற்கரை நகரமான ராமேஸ்வரம். சிவன் கோவிலுக்குப் பிரசித்திப் பெற்ற நகரமாகும். தமிழகத்தின் முதல் சமத்துவபுரம். கடல் அலைகளின் இராஜ்ஜியம்! கடலன்னை பூமியினைத் தழுவிக்கொண்டிருக்கும் இடம்! ஆதாம் பாலத்தின் ஆரம்பப் புள்ளி! சேதுவை மேடுருத்தி வீதியமைக்கச் சொன்ன பாரதியின் கற்பனைக் கோட்டை, சிவன் கோவிலும், திருமால் கோவிலும், இஸ்லாமியப் பள்ளியும் அருகருகே அமைந்து மத நல்லிணக்கத்திற்கு ஓர் எடுத்துக்காட்டாக விளங்கும் அகிலத்தின் குட்டித் தீவு. இந்தியா இறையாண்மைத் தத்துவமான வேற்றுமையில் ஒற்றுமையென்ற கொள்கையைப் பின்பற்றும் அழகிய பகுதி. இராமேசுவரம் மசூதி பள்ளிவாசல் தெருவில் உள்ள ஒரு சிறு ஓட்டுக் கட்டடத்தில் தான் 1931ஆம் ஆண்டு அக்டோபர் 15ம் நாள் ஓர் எளிய குடும்பத்தில் அப்துல்கலாம் பிறந்தார். அவருடைய பெற்றோர் ஜெயினுலாப்தீன் ஆஷியம்மாள் ஆவர். அவர்களுக்கு இளைய மகனாகப் பிறந்தார். அவர் தந்தையாரான ஜெயினுலாப்தீன் கல்வி கற்றவர்

அல்ல. அதேபோல் பெரும் செல்வந்தரும் அல்ல. அவரும், அவர் மனைவியும் இலக்கணத் தம்பதியர்களாக வாழ்ந்தனர்.

அவர்கள் இருவரும் இயல்பாகவே நல்ல அறிவு உடையவர்களாக வாழ்ந்தனர். ராமேஸ்வரத்தில் பெரும்பாலான இஸ்லாமிய மக்கள் வாழும் பள்ளிவாசல் தெருவில் அவர்கள் வாழ்ந்து வந்தனர். அவருடைய தந்தை ஜெய்னுலாப்தீன் மரக்காயர் படகு செய்யும் தொழிலைச் செய்து வந்தார். அவர் மீன்பிடிக்கப் பயன்படும் “கட்டுமரம்” செய்து வந்தார். கட்டுமரங்களை மீன் பிடித் தொழிலாளர்களுக்கு வாடகைக்கும் கொடுத்து வந்தார். அதில் வரும் வருவாயிலேயே வாழ்ந்து வந்தார். அவர் மனைவி ஆஷியம்மாள் குறிப்பிடத்தக்க பெரும் பரம்பரையைச் சேர்ந்தவர். அவர்களது முன்னோர்களில் ஒருவர் பிரிட்டிஷாரிடம் இருந்து ‘பகதூர்’ பட்டம் பெற்றவர். ஜெயினுலாப்தீன் ஐந்து வேளையும் பள்ளிவாசலுக்கு இறைத் தொழுகைக்குச் செல்லும் போதெல்லாம் கலாமையும் உடன் அழைத்துச் செல்வார். மாலை வேளையில் அஸர் மற்றும் மஃரிப் பள்ளிவாசலில் தொழுது முடிந்து வெளியே வரும் போது பள்ளி வாசலின் வெளியே செம்பு நிறைய தண்ணீரைக் கைகளில் வைத்துக் கொண்டு நிற்பர் ஏராளமானோர். செம்பு நீரில் இறைமறை வசனத்தை வாயினால்

ஓதி தன்னுடைய திருக்கரங்களால் தண்ணீரைக் கொடுப்பார். அவர் மந்திரித்து ஓதிய நீர் நோய் தீர்க்கும் மருந்தாகும் என்று இராமேஸ்வரம் தீவு மக்கள் நம்பினர். இது இஸ்லாமிய சுஃபி இன நடைமுறையாகும்,

இராமேஸ்வரம் கோவிலின் தலைமைக் குருக்களான பட்சி லக்ஷ்மண சாஸ்திரி என்பவர் கலாம் தந்தையின் நெருங்கிய நண்பர். கலாமின் தந்தை ஜெயினுலாப்தீன் எல்லோரும் ஒன்று என்ற சமத்துவக் கொள்கையை உடையவராய் இருந்தார். தன் மகனின் எதிர்காலம் குறித்து அவருக்குப் பல எண்ணங்கள் இருந்தன.

காலமின் குழந்தைப் பருவம் மிகவும் சந்தோசமானதாக இருந்தது. ஜெயினுலாப்தீன் தன் மகனான கலாமை எப்போதும் தன்னுடனே வைத்துக் கொள்வார். கலாம் எப்போதும் அவர் தந்தையுடன் கடற்கரைக்குச் செல்வார். அங்குள்ள இயற்கையைக் கண்டு ரசிப்பார். கடற்கரை மணலில் மிகவும் ஆர்வத்துடன் விளையாடுவார். இயற்கை சக்திகளைத் தன் நண்பராக்கிக் கொண்டார்.

காலமின் தந்தை தினமும் அதிகாலை வேளை தொழுகைக்காக நான்கு மணிக்கெல்லாம் எழுந்து விடுவார். தொழுகையுடன் பின் தென்னந்தோப்பிற்குச் சென்று நிறையத் தேங்காய்களைத் தோளில் சுமந்து கொண்டு வருவார். பின்பு தான் காலை உணவு உண்பார். கடலின் கட்டுக்கடங்காத சக்தியை ஒரு முறை கலாம் அறிய நேர்ந்தது. 160 கி.மீ. வேகத்தில் ஒரு நாள் புயல் அடித்தது. தனுஷ்கோடியின் சேதுக்கரை என்னும் பகுதியைக் கடலுக்குள் கொண்டு சென்று விட்டது. அதனுடன் கலாமின் தந்தையாரின் கட்டுமரமும்

போனது. ராமேஸ்வரத்திலிருந்து தனுஷ்கோடிக்கு புனிதப் பயணம் மேற் கொண்டு வரும் மக்களைக் கொண்டு செல்வதற்காக ஒரு படகு செய்து கடலில் விட ஜெயினுலாப்தீன் திட்டமிட்டு இருந்தார். புயலின் தாக்குதலினால் பாம்பன் பாலம் உடைந்தது. அதன்மேல் ஓடிக் கொண்டிருந்த ரெயிலும் பயணிகளுடன் விபத்துக்குள்ளானது. இது நடந்த போது கலாமுக்கு ஆறு வயது தான். அதுவரை கடலின் அழகை மட்டுமே ரசித்துக் கொண்டிருந்த கலாமுக்கு கடலின் கட்டுக் கடங்காத சக்தியைக் காண நேர்ந்தது. இக்காலக் கட்டத்தில் காலமின் சகோதரியான ஜொஹராவை அஹமத் ஜலாலுதீனுக்கு மணம் செய்வித்தார்கள். அஹமத் ஜலாலுதீன் மட்டுமே அந்த முழுத்தீவில் ஆங்கிலம் அறிந்தவராக இருந்தார். அவர் எப்போதும் அப்துல் கலாமிடம் அறிஞர்களைப் பற்றியும், அறிவியல் கண்டுபிடிப்புகள், சமகால இலக்கியங்கள், மருத்துவ உலகின் சாதனைகள் போன்றவற்றைப் பற்றியும் பேசிக் கொண்டிருப்பார். புத்தகம் என்ற ஒன்று இருக்கிறது என்பதை அவர்தான் அப்துல் கலாமுக்குக் காண்பித்துக் கொடுத்தார்.

நகரத்தில் முன்னாள் புரட்சிக்காரரான சர்மாணிக்கம் என்பவர் தனி நூலகம் ஒன்று வைத்திருந்தார். அவர் கலாமை சிறு பையானக இருக்கும் போதே அதிக நூல்களைப் படிக்கும்படி ஊக்குவித்தார். அவரிடம் புத்தகம் இரவல் பெறுவதற்காக கலாம் அவர் வீட்டிற்கு

அடிக்கடி செல்வார். அந்தக் காலத்தில் சம்சுதீன் என்பவர் முழு ராமேஸ்வரத்திற்கும் தினப்பத்திரிக்கை வினியோகம் செய்பவராக இருந்தார். பாம்பனிலிருந்து ராமேஸ்வரம் வரும் ரெயிலில் தினசரிகள் கட்டுக் கட்டாக வரும் ஆயிரத்திற்கு சம்சுதீன் மட்டுமே தினசரி முகவராக இருந்தார். சம்சுதீனின் செய்தித்தாள் வியாபாரத்தில் கலாம் செய்தித்தாள் போடும் பையனாக உதவி புரிந்து வந்தார்.

இளமைப் பருவத்திலேயே மதம் கடந்த மனித நேயப் பண்பாளராக விளங்கினார். கலாம் இராமேஸ்வரத்திலுள்ள கீழரதவீதி அப்பர் கிளாப்டன் பள்ளியில் ஆரம்பக் கல்வியினைப் பயின்றார். பள்ளிப் பருவத்திலேயே கலாம் இஸ்லாமிய மரபுப்படியே பள்ளிக்குச் செல்வது வழக்கம். ஆரம்பக் கல்வியில் பயிலும் போதே மூன்று பேர் நண்பர்களாக இருந்தனர். கலாமின் நண்பர்கள் இந்து மதத்தைச் சேர்ந்தவர்களாக இருந்தனர். அவர்களின் பெயர் ராமநாத சாஸ்திரி, அரவிந்தன், சிவப்பிரகாசம். இவர்கள் இணைபிரியா தோழர்கள் ஆவர்.

ஆனால் கலாம் ஐந்தாம் வகுப்பு படித்துக் கொண்டிருக்கும் போது புதிதாக ஒரு ஆசிரியர் வேலைக்கு வந்தார். அவர் கலாம் முஸ்லிம் என்பதால் அவரைக் கடைசி வரிசைக்குப் போகும்படிச் சொல்லி விட்டார். கலாமை நண்பர்களிடம் இருந்து பிரித்து விட்டார். உடனே அவரின் நண்பன் இராமநாதன் தந்தையிடம் முறையிட்டான். இலட்சுமண சாஸ்திரி அந்த ஆசிரியரை வரவழைத்து "குழந்தைகளின் பிஞ்சு உள்ளத்தில் விஷ விதைகள் தூவக்கூடாது"

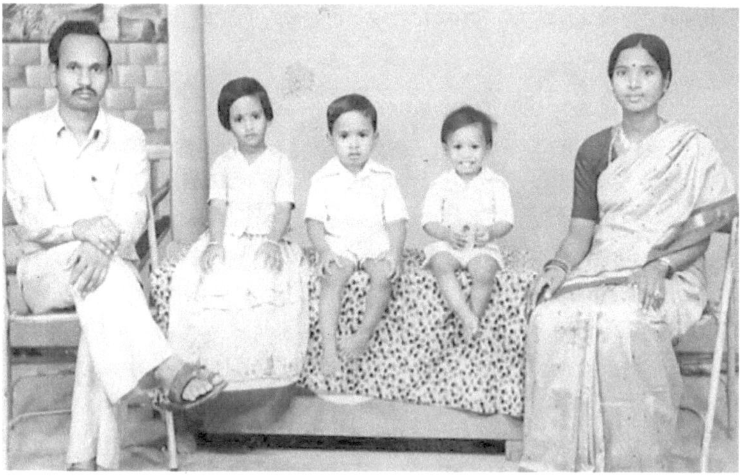

என்று கண்டித்துக் கூறி தீவிலிருந்து புதிய ஆசிரியரை வெளியேற்றவும் உத்தரவிட்டார். மீண்டும் வகுப்பறையில் கலாமும், இராமநாதனும் மற்றும் நண்பர்களும் ஒன்றாக இருந்து கல்வி பயின்றனர்.

கலாம் இளமையிலேயே தாயின் மீது அதிக அன்பு கொண்டவர். ஒரு முறை தாயார் சாப்பாத்தி போட்டுக் கொடுக்க பசியின் மிகுதியால் கலாம் தொடர்ந்து சாப்பிட்டுக் கொண்டே இருந்தார். கலாமை அவரது அண்ணன் தனியாக அழைத்து அம்மாவுக்கு இருந்த சப்பாத்தியையும் சேர்ந்து சாப்பிட்டு விட்டாய், இன்று இரவு அவர் பட்டினியாகத்தான் தூங்குவார் என்றான். இதைக்கேட்டு கலாம் கலங்கிப் போனார். தன் தாயார் ஒரு நொடி கூட சிந்திக்காமல் தமக்கான உணவை எனக்குக் கொடுத்ததற்குக் காரணம் அன்புதானே' என்பதை எண்ணி பெருமையோடு கண்கலங்கினார். அன்று முதல் கலாம் தாயாருக்கும், பாட்டிக்கும்

உணவு உள்ளதா என்பதை உறுதி செய்து கொண்டு சாப்பிடுவார்.

வைதீகமும், இஸ்லாமும் ஒன்றாக இணைந்து பூத்துக் குலுங்கியது. அந்த நட்பின் அடையாளம் இறுதி வரைத் தொடர்ந்தது. 25-07-2012 இல் பாரத ரத்னா டாக்டர் அப்துல் கலாம் இந்தியக் குடியரசுத் தலைவராகப் பதவியேற்ற போது இராமேஸ்வரம் கோவிலில் கலாமிற்காக சிறப்பு வழிபாடு செய்து அந்தக் கோவில் பிரசாதத்தை புதுதில்லிக்கு நேரில் எடுத்துச் சென்று கலாமிற்கு வழங்கினார் இராமநாத சாஸ்திரி. நட்பின் அடையாளம், அன்பின் மகத்துவம்.

காலமிற்கு சிவசுப்பிரமணிய ஐயர் என்பவர் அறிவியல் ஆசிரியராக விளங்கினார். அவர் கலாம் சிறப்பான மாணவராக மாறுவதற்கு உதவி புரிந்தார். அவர் மாணவர்களுக்கு நன்னடத்தை நெறிகளைப் போதித்தார். "அன்பாக இரு, உண்மையை பேசு, அடுத்தவர் உணர்வுகளை எப்போதும் புண்படுத்தாதே, கடினமாக உழை, நல்லனவற்றை செய்" என்பதே அவரது பெரும் போதனையாக இருந்தது.

கலாம் ஏழாம் வகுப்பு படிக்கும் போது கணிதத்தில் அதிக மதிப்பெண்கள் வாங்கியதால் வகுப்பில் மாணவர் தலைவனாக இருந்தார். இந்நிலையில் பூகோள ஆசிரியர் வகுப்பில் பாடம் நடத்திக் கொண்டிருந்த போது கலாம் அருகில் இருந்த நண்பனோடு பாடத்தைக் கவனிக்காமல் பேசிக் கொண்டிருந்தார். இதைக் கவனித்த பூகோள ஆசிரியர் கலாமை நோக்கி "ஓடுகின்ற ரெயிலில் ஏறிக் கொள்வதைப் போல மாணவர்கள் பாடத்தைக் கவனமுடன் பின்பற்ற வேண்டும்" என்று

சொன்னதும் கலாம் குறும்பாக சார் ஓடுகின்ற ரெயிலில் விபத்துதான் ஏற்படும் என்று சொல்லவே வகுப்பே சிரிப்பலையில் மூழ்கியது. இதற்குப் பரிசாக ஒரு பிரம்படியும் கிடைத்தது.

கலாமின் தொடக்கப்பள்ளி ஆசிரியர் சிவசுப்பிரமணிய ஐயர் காலமின் மீது கொண்ட பாசத்தால் தனது வீட்டிற்கு உணவருந்த அழைத்துச் சென்றார், சுப்பிரமணிய ஐயரின் மனைவிக்கு கலாமை அழைத்து வந்தது பிடிக்கவில்லை. கணவனிடம் 'ஒரு முஸ்லிம் பையனுக்கு என்னால் உணவு போட முடியாது. வேண்டும் என்றால் அவனை ஓட்டலுக்கு அழைத்துச் சென்று சாப்பாடு வாங்கிக் கொடுங்கள்' என்று கோபமாகச் பேசினார். மனைவியின் கோபத்தைப் பற்றிக் கண்டு கொள்ளாமல் கலாமுக்குத் தன் கையால் உணவு பரிமாறிவிட்டு தானும் அருகில் அமர்ந்து உண்டார். ஐயரின் மனைவி கலாம் உணவருந்தும் அழகைக் கண்டு வியந்து போனார். மனைவியின் கோபத்தால் கலாமின் மனம் கலங்கியிருப்பதைக் கண்டு ஆசிரியர் "நமது சமுதாய அமைப்பு முறையை மாற்றத் துணிந்த பிறகு இது போன்ற அவமானங்களைப் பெரிதாக நினைக்கக் கூடாது. தொடர்ந்து எதிர்க்க வேண்டும்" என்று கலாமுக்கு நம்பிக்கையும், ஆறுதலும் கூறினார்.

இது போலவே மற்றொரு நாள் கலாமைத் தன் வீட்டிற்கு மீண்டும் உணவருந்த அழைத்து வந்த போது சுப்பிரமணிய ஐயரின் மனைவி அன்போடு வரவேற்று இருவரையும் ஒன்றாக அமர வைத்து அவர் கையாலேயே உணவு பரிமாறி மகிழ்ந்தார். ஜெயினுலாப்தீனிடம் உயர்

கல்விக்காக கலாமை இராமநாதபுரம் அனுப்பும்படிக் கூறினார். இராமநாதபுரம் இராமேஸ்வரத்திலிருந்து அதிக தொலைவில் உள்ளதால் அனுப்ப சம்மதிக்கவில்லை கலாமின் தந்தை ஜெயினுலாப்தீன்.

ஆனால் கலாமின் ஆசிரியர் சிவசுப்பிரமணிய ஐயர் சொன்னார், "கலாம் ஒன்றும் குழந்தை இல்லை. அவனை உயர்நிலைக் கல்வி கற்கவும், பின்னர் கல்லூரிக்கும் அனுப்புங்கள் அவன் நல்லதொரு வேலைக்குச் செல்லட்டும், அவன் வாழ்க்கையில் நன்றாக வருவான்" இதற்கு உடன்பட்ட ஜெயினுலாப்தீன் தன் மகனை ராமநாதபுரத்திலிருந்த "ஸ்வார்ட்ஸ் உயர்நிலைப்பள்ளியில் சேர்த்தார். அய்யாதுரை சாலமன் என்ற ஆசிரியரின் மிகப்பிரியமான மாணவராக கலாம் ஆனார். அவர் சிறந்த ஆசிரியர். மாணவர்களின் மனதில் தங்களைப் பற்றிய சுயமதிப்புத் தோன்றும்படி அவர் செயல்பட்டார். அவர் அடிக்கடி கலாமிடம் சொல்வார், "உண்மையுள்ளவனாக இருந்தால் தலைவிதியைக் கூட மாற்றலாம்'. தேர்வில் கலாம் சிறந்த மதிப்பெண்களைப் பெற்றுத் தேறினார்.

ஸ்வார்ட்ஸ் உயர்நிலைப்பள்ளியில் படிப்பை முடித்து பட்டப் படிப்பிற்காக 1950ஆம் ஆண்டில் திருச்சியிலுள்ள புனித ஜோசப் கல்லூரியில் சேர்ந்தார். அங்கு அவர் பி.எஸ்.சி. பட்டம் பெற்றார். அவர் பொறியியல் படிப்பு படிக்க வேண்டும் என எண்ணினார். தென்னிந்தியாவில் தொழில் நுட்பக் கல்வியின் மணிமுடியெனக் கருதப்பட்ட மெட்ராஸ் இன்ஸ்டிடியூட் ஆஃப் டெக்னாலஜியில் (MIT) பயில்வதற்காக கலாம் விண்ணப்பித்தார், அங்கு படிக்க ஆயிரம் ரூபாய் தேவைப்பட்டது. அவருடைய

தந்தையால் அவ்வளவு பெரிய தொகையைத் தருவது இயலாத ஒன்றாக இருந்தது. அந்த வேளையில் கலாமின் சகோதரியான ஜொஹரா தனது தங்க நகைகளை அடகு வைத்து பணம் கொடுத்து உதவினார். கலாம் MIT–ல் சேர்ந்தார்.

கல்லூரியில் அவருக்குப் பிடித்தமான புகழ்பெற்ற பேராசிரியர் K.A.V.பாண்டலாவைச் சந்தித்தார். அவர் விமானங்களைப் பற்றிய பொறியியல் குறித்து விரிவுரையாற்றினார். அந்த விரிவுரை காலமின் மனதில் பெரும் தாக்கத்தை ஏற்படுத்தியது. பேராசிரியர் ஸ்பாண்டர் என்பவரும், பேராசிரியர் நரசிங்கராவ் என்பவரும் காலமின் சிந்தனைகளை, எண்ணங்களை உருவாக்கியவர்கள். கலாம் விமானப் பொறியியலைத் தேர்ந்தெடுத்தார்.

கலாம் சிறு வயது பையனாக இருக்கையில் வானில் பறக்கும் பறவைகளையே மணிக்கணக்காகப் பார்ப்பார். ஆகாயத்தில் விமான ஒலிக் கேட்டாலே உடன் வீட்டை விட்டு வெளியில் வந்து ஆகாயத்தை உற்றுப் பார்ப்பார். அவருக்குப் பறக்க வேண்டும் என்ற ஆசை மிகுதியாக இருந்தது. விமானவியலைப் படித்தால் தனது கனவுகள் நனவாகும் என கலாம் நினைத்தார்.

(MIT)யில் தமிழ்ச் சங்கம் நடத்திய கட்டுரைப் போட்டி ஒன்றில் அவர் கலந்துகொண்டு ""நாமே நமது விமானத்தைச் செய்வோம்" என்ற தலைப்பில் தமிழில் கட்டுரை எழுதினார். அவர் எழுதிய கட்டுரை மக்களிடையே பெரும் வரவேற்பைப் பெற்று முதல் பரிசை வென்றது. தமிழ் வாரஇதழ் "ஆனந்த விகடனின்" அப்போதைய ஆசிரியரான

திரு. தேவன் அவர்களிடமிருந்து முதல் பரிசைப் பெற்றார். கல்லூரியில் உள்ள நூலகம் அவருக்குப் பிடித்தமானதாகும். அவர் அங்கு சென்று விமானவியல் குறித்த புத்தகம் எடுத்து படிப்பார். அதில் ஏற்படும் சந்தேகங்களை பேராசிரியர்களோடு கலந்துரையாடி தீர்த்துக் கொள்வார். விமானவியல் குறித்த தகவல்கள் அனைத்தையும் சேகரிப்பார்.

MITயில் பொறியியல் பட்டம் பெற்றவுடன் தனது கனவுகள் நிறைவேறும் என திருப்தியுடன் நினைத்தார். “இறைவனே உனது நம்பிக்கையும், வழிகாட்டியுமாக இருந்து எதிர் காலத்திற்கான உன் பயணத்திற்கு வழிகாட்டட்டும்” என்று பேராசிரியர் ஸ்பான்டா கூறி வாழ்த்தி விடையளித்தார்.

கலாம் MITயில் படித்து முடித்த பின்னர் பெங்களூரில் இருந்து ஹிந்துஸ்தான் ஏரோநாட்டிக்ஸ் லிமிடெட்டில் பயிற்சியாளராக சேர்ந்தார். என்ஜினைப் பிரித்து சீர் செய்யும் குழுவில் ஓர் அங்கமாக வேலை செய்தார். நேரடியாக விமானத்தின் என்ஜினைப் பிரித்து சீர் செய்வதென்பது மிகவும் பயனுள்ள ஒரு வேலையாக இருந்தது. கலாம் ஹிந்துஸ்தான் ஏரோ நாடிக்கல் லிமிட்டெட்டில் பிஸ்டன் மற்றும் டர்பைன் முறையிலான இரண்டு வகை என்ஜின்களையும் சீர் செய்யும் பணிக்குழுவில் அவர் பணிபுரிந்தார். அவர் ரேடியல் என்ஜின் மற்றும் டிரம் ஆப்ரேஷன்ஸ் என்ற பிரிவில் நன்கு பயிற்சி பெற்றார். கிராங்ஷாப்டை சோதனை செய்வது பற்றி நன்கு கற்றுக் கொண்டார்.

அவரின் பெருங்கனவாக வாகனத்தில் பறப்பது சம்பந்தமான இரண்டு வேலை வாய்ப்புகள் HALலிருந்து

விமானப் பொறியாளராக அவர் வெளியே வந்த போது காத்திருந்தன. விமானப் படையில் ஒன்றும், பாதுகாப்பு அமைச்சகத்தில் தொழில்நுட்ப உற்பத்தி மற்றும் வளர்ச்சி துறையின் இயக்குனரகத்திலிருந்து ஒன்றுமாக வேலை வாய்ப்புகள் இருந்தன. அவர் இரண்டு பணிகளுக்கும் விண்ணப்பித்து நேர்முகத்தேர்வில் கலந்து கொண்டார்.

இந்திய விமானப்படையில் சேர்வதற்கு அவர் தகுதி பெறவில்லை. ஆனாலும் நம்பிக்கை இழக்காமல் டெல்லி சென்று தொழில் நுட்ப வளர்ச்சி மற்றும் உற்பத்தித் துறை இயக்குனரகத்தில் முதுநிலை அறிவியல் உதவியாளராக 1958இல் அவர் பணியில் சேர்ந்தார். ஒரு விமானியாக வேண்டும் என்ற கலாமின் கனவு பலிக்கவில்லை, ஆனால் விமானத்தைத் தயாரிக்கும் பணி இப்போது அவருக்குக் கிடைத்தது. கலாமின் மேலதிகாரியான டாக்டர் நீலகண்டன் கலாமின் பணியைப் பெரிதும் பாராட்டினார். அவர் கான்பூரிலிருந்து விமான மற்றும் யுத்த தளவாட சோதனைக் கூடத்தில் கலாம் அவர்கள் பணி நியமனம் பெற்றார்.

இங்கு 'நாட்' ரக விமானங்களில் நல்ல அனுபவம் பெற்றார். அவர் டெல்லியில் DARTஐ வடிவமைக்கும் பணியில் சேர்த்துக் கொள்ளப்பட்டார். கலாம் இந்தப் பணியை வெற்றிகரமாகச் செய்து முடித்தார். மைய்ய விலகல் சம்பந்தமான ஆரம்பநிலை வடிவமைப்பைக் குறித்து கற்றார். நேராக மேலே கிளம்பக்கூடிய, தரை இறங்கக் கூடிய மேடை சம்பந்தமான வடிவமைப்பு மற்றும் வளர்ச்சியில் ஈடுபட்டார். பெங்களூரில் விமான வளர்ச்சி அமைப்பு AD உருவாக்கப்பட்டது.

கலாம் அவர்கள் இந்த அமைப்பில் சேர்த்துக் கொள்ளப்பட்டார்.

இங்கே ஹோவர் கிராஃப் என்னும் விமானத்தை உருவாக்கும் குழு அமைக்கப்பட்டது. எந்தவித மாதிரியோ பாகங்களோ இல்லை. அதனைக் குறித்த எந்தவிதத் தகவல்களோ, விசாரணைக் குறிப்புகளோ இல்லாத நிலை. கிடைத்த கொஞ்ச நஞ்ச தகவல்களையும், விவரங்களையும் கொண்டு கலாம் அவர்கள் பணியைத் தொடங்க முடிவெடுத்தார். இறக்கைகளற்ற இலகுவான பறக்கும் இயந்திரத்தைத் தயாரிக்கும் திட்டம் அவரிடம் இருந்தது. ஒரு விமானத்திற்கும், ஹோவர் கிராஃப்டிற்குமான அமைப்பு வகையிலான ஒப்புமையை அவரால் கண்டு பிடிக்க முடிந்தது. புதிய தயாரிப்பான ஹோவர் கிராஃப்ட்டிற்கு 'நந்தி' எனப் பெயர் சூட்டப்பட்டது. இந்தப் பறக்கும் இயந்திரம் பொறியாளர்களின் சாதனை.

இந்த ஹோவர் கிராஃப்ட் இயந்திரம் தரையிலிருந்து 40 மி.மீ. உயரத்தில் காற்றில் 550 கிலோ எடையுடன் அடக்கம். அப்போதைய பாதுகாப்பு அமைச்சர் V.K.கிருஷ்ணன் நந்தியில் பறந்தார். கலாம் அவர்களின் துறைத்தலைவரான டாக்டர் மேதிராட்டா அவர்களின் அறிவுறுத்தலுக்கு இணங்க பாபா அடிப்படை ஆராய்ச்சி நிலையத்தின் இயக்குனராக இருந்த M.G.K.மேனன் அவர்களுக்கும் நந்தியின் செயல்பாடு நிகழ்த்திக் காட்டப்பட்டது. அவரும் அதில் 10 நிமிடம் பறந்தார்.

●●●

௨. அறிவியல் அறிஞர்

விஞ்ஞானம் என்பது கேள்வி கேட்பதும் அதற்கான விடைகளைக் கடின உழைப்பின் மூலம் இயற்கை விதிகளை ஆராய்ந்து கண்டறிவதுமாகும். கலாம் அவர்கள் இத்தகைய விஞ்ஞானத்தை உழைப்பின் மூலம் ஆராய்ந்து கண்டறிந்து அறிவியல் அறிஞர் ஆனார்.

இந்தியா வான்வெளி ஆராய்ச்சியில் மிகுந்த முனைப்பு காட்டியது. INCOSPAR எனப்படும் இந்திய வான்வெளி ஆராய்ச்சிக் கமிட்டி இதற்கென உருவாக்கப்பட்டதாகும். INCOSPAR கலாம் அவர்களின் திறமையை அடையாளம் கண்டு அவரை பிரபல வான்வெளி விஞ்ஞானி டாக்டர் விக்ரம் சாராபாய் என்பவர் கலாமை சோதனை செய்தார். உடனடியாக

கலாம் INCOSPAR ராக்கெட் பொறியாளராக நியமனம் பெற்றார்.

கேரள மாநிலத்தின் திருவனந்தபுரம் அருகில் உள்ள தும்டா என்னும் இடத்தில் செயற்கைக் கோள் ஏவுதளத்தை நிறுவ INCOSPAR முடிவு செய்தது. இத்திட்டத்திற்காகத் தேர்ந்தெடுக்கப்பட்ட, நிலப்பகுதி கடற்கரைக்கும், ஒரு இரயில் தண்டவாளங்களிலிருந்த பகுதிக்கும் இடையில் அமைந்திருந்தது. அங்கு புனித மேரி மெக்டலின் சர்ச் எனும் தேவாலயம் வானியல் கண்காட்சி சாலையாக விண்வெளித் துறையால் மாற்றப்பட்டுள்ளது.

கலாம் ஆறுமாத காலப் பயிற்சிக்காக அமெரிக்கா அனுப்பப்பட்டார். அமெரிக்காவின் விண்வெளி ஆராய்ச்சி நிறுவனமான NASA வின் பல்வேறு மையங்களில் கலாம் சிறப்பு பயிற்சி பெற்றார். 1963ஆம் ஆண்டு நவம்பர் மாதத்தில் பயிற்சி முடிந்து இந்தியா திரும்பினார். 1963ம் ஆண்டு நவம்பர் 21ம் நாள் இந்தியாவின் முதல் ராக்கெட் ஏவப்பட்டது. இது சுற்றும் ராக்கெட்டாகும். இது NASA வில் தயாரிக்கப்பட்ட ஒன்றாகும். இது ஏவுதளத்திற்குக் கொண்டு செல்லப்பட்டது. இந்த ராக்கெட்டின் ஒருங்கிணைப்பிற்கும், பாதுகாப்பிற்கும் கலாம் அவர்கள் பொறுப்பாளராக இருந்தார். D. ஈஸ்வர் தாஸ் மற்றும் R. ஆராவமுதன் ஆகியோர் ராக்கெட் ஏவுதலுக்கு கலாம் அவர்களுக்கு உறுதுணையாய் இருந்தனர். ராக்கெட் எந்த பிரச்சினையுமின்றி வெற்றிகரமாக ஏவப்பட்டது.

தும்பாவின் ராக்கெட் ஏவுதளம் தும்பா பூமத்திய ரேகை ராக்கெட் ஏவுதளம் எனப் பெயர் கொண்டது.

இது பிரான்ஸ், அமெரிக்கா, மற்றும் ரஷ்ய கூட்டமைப்பில் உருவாக்கப்பட்டது. தும்பா ஏவுதளத்தில் ராக்கெட் தயாரிப்பு, பணிகள் சோதனை செய்வது, மதிப்பிடுவது போன்றவைகளில் மட்டுமல்லாது செயற்கைக்கோளை செலுத்து வாகனத்தில் இருத்துவது மற்றும் ராக்கெட்டின் முன் முனை சம்பந்தமான தொழில்நுட்பச் செயல்களிலும் ஈடுபட்டார்.

1963ம் ஆண்டு பிரதமர் இந்திராகாந்தி அவர்கள் தும்பாவின் ஏவுதளத்தை சர்வதேச விண்வெளி அறிவியல் சமூகத்திற்கு அர்ப்பணிப்பதற்காக தும்பா வந்தார். தும்பாவில் இந்திய ராக்கெட்டுகள் உருவாயின. ரோகினி, மேனகா என அவை பெயரிடப்பட்டன. இந்திய செயற்கைக் கோள்கள் பிரான்ஸ் நாட்டு ராக்கெட்டுகளால் ஏவப்பட வேண்டியிருந்த நிலை மாறியது. எல்லாவற்றிற்கும் மேலாக ரோகினி 73 என்ற ராக்கெட் 1970ஆம் ஆண்டு நவம்பர் மாதம் 20ஆம் நாள் தும்பாவிலிருந்து செலுத்தப்பட்டது.

ராணுவ விமானங்களுக்காக உருவாக்கும் திட்டத்தை கொண்டிருந்தார். ராணுவம் தனது SZZ மற்றும் HF ரக

விமானங்களுக்கு இத்தகைய தொழில் நுட்பத்தை மிகவும் அவசியமானதாகக் கருதியது. டெல்லியின் புறநகர் பகுதியில் இத்தகைய ரஷ்யாவின் RATO மோட்டார் கலாம் அவர்களுக்கும், அவருடன் பணியாற்றியவர்களுக்கும் காண்பிக்கப்பட்டது. அது 3000 கி.கி. தள்ளு திறனுடன் 24500 கிகி/செகண்ட் துடிப்புடன் இருந்தது. அது 220 கிலோ எடையுடன் எஃகு வார்ப்பினுள்ளமைந்த இரட்டை முன் தள்ளிகளுடன் அமைந்திருந்தது. DRDO (பாதுகாப்பு ஆராய்ச்சி மற்றும் வளர்ச்சி அமைப்பு) HAL, DTD & P மற்றும் விமானத் தலைமையகம் ஆகியவற்றின் உதவியுடன் விண்வெளி ஆராய்ச்சி மற்றும் தொழில்நுட்ப மையத்தில் RATO வுக்கான வளர்ச்சி உருவாக்கப் பணிகள் செய்ய வேண்டி இருந்தது. RATO வுக்கான திட்டமும் செயல்பட்டது. செயற்கைக் கோள் செலுத்த வாகனத் தயாரிப்புக்கான பணிகளும் நடந்தன.

பேராசிரியர் சாராபாய் அவர்களே SLV திட்டத்தின் தலைவர். 1967லிருந்து 1971 வரை கிட்டத்தட்ட 22 விஞ்ஞானிகளும், பொறியாளர்களும் அவருடன் பணிபுரிந்தனர். சாராபாய் பெரும் விஞ்ஞானி ஆவார். இரண்டு மாதத்திற்கு ஒருமுறை SLV யின் முன்னேற்றங்கள் குறித்து அவர் அறிக்கை பெற்றுக் கொண்டிருந்தார். பேராசிரியர் சாராபாய் 1971ஆம் ஆண்டு டிசம்பர் மாதம் மாரடைப்பால் உயிர் நீத்தார். இஸ்ரோவைச் செயல்படுத்தும் பொறுப்பு பேராசிரியர் சதீஸ் தலானுக்கு வழங்கப்பட்டது. கலாம் திட்டத்தின் மேலாளராக நியமிக்கப்பட்டார். தும்பாவின் அனைத்து தளங்களும் TERL விண்வெளி அறிவியல் தொழில் நுட்ப மையம், ராக்கெட் தயாரிப்புத் தளம், எரிபொருள்

கிடங்கு போன்ற அனைத்தும் ஒருங்கிணைக்கப்பட்டு விக்ரம் சாராபாய் விண்வெளி மையம் என கலாம் அவர்களின் எண்ணப்படி பெயர் சூட்டப்பட்டது. பேராசிரியர் சாராபாய் அவர்களை இந்திய அறி வியலின் மகாத்மா காந்தி எனக் கலாம் கூறினார்.

விக்ரம் சாராபாய் விண்வெளி மையத்தில் SLVக் கான வேலை முழு வேகத்தில் நடைபெற்றது. வடிவமைப்பு, வளர்ச்சி மற்றும் SLV முறையின் செயல்பாடு ஆகியன முக்கியக் குறிக்கோளாக இருந்தன. 40கி.கி. எடையுள்ள செயற்கைக் கோளை 400கி.மீ. உயரத்தில் பூமியின் சுற்றுப் பாதையில் செலுத்துவதே SLV யின் திட்டமாக இருந்தது. கலாம் அவர்களுக்குத் தீவிரமான மனப்பான்மை இருந்தது. அவரிடம் 50 விஞ்ஞானிகள் மற்றும் பொறியாளர்களைக் கொண்ட குழு இருந்தது. திட்டத்தைச் செயல்படுத்துவதற்காகக் கடுமையாக உழைத்தார். அவர் இந்தியாவின் கனவை நனவாக மாற்றினார்.

அவர் இந்தத் திட்டத்தில் முழு ஈடுபாட்டுடன் உழைத்தார். 1976ஆம் ஆண்டு தன் தந்தையை இழந்தார். அவர் தந்தை ஜெயினுலாப்தீன் இறக்கும் போது வயது 102. இதற்கு இரண்டு ஆண்டுகளுக்கு முன்னர் தனது மைத்துனரான ஜலாலுதீன் அவர்கள் இறந்தார். மரணம் நிச்சயமான ஒன்று. கலாம் அவர்கள் பயமற்றவர் என்பது எல்லோருக்கும் தெரியும். தனது தந்தையார் நோயுற்றிருந்த போது நல்லதொரு மருத்துவருடன் கலாம் ராமேஸ்வரம் செல்வார். ஒவ்வொரு முறையும் அவர் தந்தை சொல்வார். "கலாம் நீ இப்படி ஓடி வருவது போதும். எனது உடல்நிலை நன்றாக உள்ளது.

ஏன் மருத்துவத்திற்காகப் பணத்தைச் செலவழிக்கிறாய்" என்று கூறுவார்.

ஜெயினுலாப்தீன் 102 ஆண்டுகள் வாழ்ந்தார். அவருக்கு 15 பேரக் குழந்தைகளும், ஒரு கொள்ளுப்பேரனும் இருந்தனர். அவர் இலட்சிய இலக்கண மனிதராக வாழ்ந்தார். அவர் மரணித்த பொழுது கலாம் தனது ஊருக்குச் சென்று தன் தாயாருடன் நீண்ட நேரம் இருந்தார். ஒன்றும் பேசவில்லை . மௌனம் நிலவியது. முறைப்படியான நல்லடக்கம் நடந்த பிறகு கலாம் தும்பா திரும்பினார். SLV திட்டத்தை நிறைவேற்ற வேண்டி இருந்தது. சில நாட்களில் கலாமின் தாயாரும் மறைந்தார். இந்தக் காலக் கட்டத்தில் அவர் குடும்பத்தில் மூன்று மரணங்களை கலாம் சந்தித்தார். இம் மூன்றும் SLV திட்டக் காலத்தில் நடந்தன.

திட்ட செயல்பாடுகளுக்காக மூன்று குழுக்களை கலாம் உருவாக்கினார். திட்ட மேலாண்மை குழு, ஒருங்கிணைப்புக் குழு மற்றும் துணை அமைப்பு வளர்ச்சி குழு ஆகியன அவை. முதல் குழு SLV3ன் எல்லாவித செயல்பாடுகளுக்கும் பொறுப்பாக்கப்பட்டது. திட்ட மேலாண்மை, நிர்வாகத் திட்டம் மற்றும் மதிப்பியல் துணை அமைப்பு குறித்த செயல்கள், சாதனை உருவாக்கம், தர நிர்ணயம் மற்றும் தரக்கட்டுப்பாடு ஆகியன அவை. இரண்டாவது குழு திட்ட ஒருங்கிணைப்பிற்கான வசதிகளை உருவாக்குவதற்கும் SLV -3ன் பறக்கும் தன்மையைச் சோதிக்கவும் பொறுப்பாக்கப்பட்டது. ஏவுகணை செலுத்து வாகனத்தை அதன் இயந்திரத்தின் மற்றும் இயக்கம் போன்றவற்றை அலசி ஆராய்தல் போன்றவை அடங்கும். SLV திட்டக்குழுவின் ஒவ்வொரு அங்கத்தினரும் அவரவர் துறைகளில் நிபுணர்கள் எனக்

கலாம் கூறினார்.

SLV -3ன் அப்போஜி மோட்டார் பிரான்சில் சோதிக்கப்பட்ட போது சில பிரச்சினைகள் எழுந்தன. அதனைத் தீர்ப்பதற்கு அப்துல் கலாம் அவர்கள் பிரான்ஸ் செல்ல வேண்டி வந்தது. சோதனை வெற்றிகரமானது. SLV திட்டம் பல ஆண்டுகள் கடின உழைப்பைக் கொண்டது. திட்டத்தலைவரான கலாமிற்கு ஒரே நேரத்தில் பல பணிகளை நிர்வகிக்கும் ஆற்றல் வேண்டி இருந்தது. உணவையும், ஓய்வையும் மறந்து கலாம் பணியாற்ற வேண்டியிருந்தது.

1979ம் ஆண்டு ஆகஸ்ட் மாதம் 10ஆம் நாள் 17 டன் எடையும், 23 மீட்டர் உயரமும் கொண்ட 4 SLV -3 ராக்கெட் ஏவப்பட்டது. அது காலை 7.58க்கு கம்பீரமாக விண்ணில் ஏவப்பட்டது. முதல் கட்டம் நன்றாகச் செயல்பட்டது. ஆனால் இரண்டாம் கட்ட செயல்பாடு கட்டுப்பாடிழந்து ராக்கெட் கடலில் விழுந்தது. திட்டம் தோல்வியுற்றது.

பேராசிரியர் பிரம்ம பிரகாஷின் முழு ஆதரவுடன் 1980 ஆம் ஆண்டு ஜூலை 18 ஆம் நாளன்று ஸ்ரீஹரிகோட்டாவிலிருந்து காலையில் கலாம் அவர்களால் SLV -3 மீண்டும் விண்ணில் செலுத்தப் பட்டது. இம்முறை முழு வெற்றி அடைந்தது. ரோகிணி செயற்கைக் கோள் பூமியின் கீழ்மட்ட சுற்றுப்பாதையில் சென்றது. SLV -3ன் நான்காம் கட்டத்திலிருந்து 'அபோஜி' மோட்டார் அதன் வட்டப் பாதையில் செல்லத் தேவையான வேகத்தை வழங்கியது. பிரதமர் இந்திராகாந்தி ISRO குழுவையும், குறிப்பாக டாக்டர் கலாமையும் பாராட்டினார்.

இந்தச் சாதனையினால் முழு தேசமும் பெருமை பெற்றது. செயற்கைக் கோள்களைச் செலுத்தக் கூடிய நாடுகளில் ஒன்றாக இந்தியா ஆனது. தனது தந்தை இந்த சமயத்தில் இல்லையே என வருந்தினார். இதன் மூலம் கலாம் பெரிய அறிவியல் அறிஞர் என்பதை நிருபித்தார். இதற்கடுத்த SLV -3-DI என்ற செயற்கைக் கோள் செலுத்து வாகனம் 1981ஆம் ஆண்டு மே மாதம் 31ஆம் நாள் செலுத்தப்பட்டது.

1981ஆம் ஆண்டு ஜனாதிபதியினால் டாக்டர் அப்துல் கலாமுக்கு பத்மபூஷன் விருது வழங்கப்பட்டது. அப்துல் கலாம் அவர்கள் ISRO வில் மிக முக்கியப் பங்காற்றினார். SLV-3 பற்றி உரையாற்ற கலாமை அழைத்தனர். அப்போதைய அறிவியல் ஆலோசகரான அணு விஞ்ஞானி பேராசிரியர் ராஜா ராமண்ணா அந்நிகழ்ச்சிக்குத் தலைமை தாங்கினார். அணு சக்தியை உற்பத்தி செய்வதில் இந்தியாவின் முனைப்பையும், அமைதிக்கான முதல் அணுகுண்டு சோதனை நடத்தப்பட்ட போது எதிர்கொண்ட சவால்களையும் குறித்து அவர் பேசினார்.

டாக்டர் ராஜா ராமண்ணாவை வெகு நெருக்கத்தில் பார்க்கும் வாய்ப்பு கலாம் அவர்களுக்குக் கிடைத்தது. கலாம் இஸ்ரோவில் 20 ஆண்டுகள் பணிபுரிந்தார். டாக்டர் ராஜா ராமண்ணா கலாம் அவர்கள் DRDLக்கு பணிபுரிய விரும்பினார். SLV திட்டத்திற்காக கலாம் அவர்கள் மேற்கொண்ட முன் முயற்சிகள் அவரை வெகுவாகக் கவர்ந்தன.

சென்னையின் அண்ணா பல்கலைக் கழகம் ராக்கெட் துறையில் கலாம் அவர்களின் பங்களிப்பை அங்கீகரித்து

அவருக்கு கௌரவ டாக்டர் பட்டம் வழங்கியது. DRDL (பாதுகாப்பு ஆராய்ச்சி மற்றும் மேம்பாட்டு ஆய்வகம்) பணியாற்ற ஒப்புக்கொண்டு 1982ஆம் ஆண்டு ஜூன் மாதம் முதல் நாளன்று கலாம் அவர்கள் DRDL - ல் இணைந்தார். ஏவுகணை தொழில்நுட்பக் கமிட்டி என்ற உயர்மட்ட குழு DRDL அமைக்கப்பட்டது. இந்தியாவின் பெருமை மிகுந்த GMDP எனப்படும் ஒருங்கிணைந்த ஏவுகணை வளர்ச்சித் திட்டம் பிறந்தது. கலாமின் நீண்ட நாள் கனவான REX எனப்படும் ஏவுகனை செலுத்தும் வாகனம் 'அக்னி' கலாம் அவர்களால் பெயரிடப்பட்டு உருவாக்கப்பட்டது.

பிரதமர் இந்திராகாந்தி அவர்கள் DRDLக்கு வந்தார். பிரித்வி திட்டம் பற்றி அவர் கலாம் அவர்களிடம் வினவியச் போது 1987ஆம் ஆண்டு ஜூன் மாதத்தில் நிச்சயமாக செயல்படுத்தப்படும் எனக் கலாம் கூறினார். இந்தியா உலகின் அணு ஆயுதப் பலம் கொண்ட ஆறாவது நாடாக மாறியது. அக்னி ஏவுகணை திட்டத்தில் 500 விஞ்ஞானிகள் செயல்பட்டனர். அப்போதைய ஜனாதிபதி R.வெங்கட்ராமன் அக்னியின் வெற்றியைக் கண்டு கலாம் அவர்களின் திறமையும், அர்ப்பணிப்பும், கடின உழைப்புமே இதற்கு காரணம் எனப் பராட்டினார்.

இந்திய தேசம் தனது 44வது சுதந்திர தினத்தில் ஆகாஷ் ஏவுகணை செலுத்தப்பட்ட சாதனையைக் கொண்டாடியது. ஜாதவ்பூர் பல்கலைக் கழகம் டாக்டர் கலாம் அவர்களுக்கு கௌரவ டாக்டர் பட்டம் வழங்கி சிறப்பித்தது. டாக்டர் கலாம் அவர்கள் தம் வாழ்வு முழுவதும் SLV-3 மற்றும் 'அக்னி' திட்டங்களை

வெற்றிகரமாகச் செயல்படுத்துவதிலேயே ஈடுபட்டார். வானியல் ஆராய்ச்சி, பாதுகாப்பு, ஆராய்ச்சி, அணுசக்தி என்று முப்பெரும் துறைகளிலும் முத்திரை பதிக்கும் எவருக்கும் கிட்டாத பெரும் வாய்ப்பு டாக்டர் கலாம் அவர்களுக்குக் கிடைத்தது.

1990ஆம் ஆண்டு குடியரசுத் தினத்தன்று கலாம் அவர்களுக்கு ''பத்மவிபூஷன்'' விருது டாக்டர் அருணாச்சலம் அவர்களுடன் சேர்த்து அளிக்கப்பட்டு கௌரவிக்கப்பட்டார். கலாமின் 60வது வயதில் 1992ஆம் ஆண்டு இந்திய அரசின் பாதுகாப்புத் துறையின் ஆலோசகராக அரசின் அழைப்பின் பேரில் சேவையாற்ற முடிவு செய்தார். கலாம் அணுசக்தி சோதனைத் திட்டங்களில் ஈடுபட்டார். கலாம் அறிவியல் ஆலோசகராக இருந்த காலக் கட்டத்தில் 'ப்ராஜக்ட் சக்தி' என்னும் திட்டம் மிக முக்கியமானது. 1974ஆம் ஆண்டு ராஜஸ்தானின் பொக்ரானில் இந்தியா நடத்திய அணு ஆயுதச் சோதனை அவர் மனதில் பெரியதாகப் பதிவாகி இருந்தது. கலாம் அறிவியல் மனிதர் மட்டுமல்ல, பெரும் செயல்வீரரும் கூட. குழந்தைகளும், இளைஞர்களும் அவர் மீது பெரும் பிரியம் கொண்டு தங்கள் கதாநாயகனாகவே அவரைக் காணத் தொடங்கினார்கள்.

டாக்டர் கலாமிடம் "பகை நாடுகள் தாக்கினால் இந்தியா நல்ல பதிலடி கொடுக்குமா?" என்று சிலர் கேட்டனர். அவரிடம் இருந்து உடனடியாகப் பதில் வந்தது "ஏன் முடியாது? ஆயாசம் கொள்ளாதீர்கள். இந்தியா மிக வலிமையானது, நிச்சயமாக எத்தகைய அணு தாக்குதல்களையும், இந்தியா கண்டிப்பாக

எதிர்கொண்டு பதிலடி கொடுக்கும்'' இந்திய அரசாங்கத்தின் முதன்மை அறிவியல் ஆலோசகராக இரண்டு ஆண்டுகள் சேவையாற்றினார். அவர் பிரதம மந்திரிக்கு முக்கிய ஆலோசனைகளை வழங்கினார். 2001 ஆம் ஆண்டு நவம்பர் 10ஆம் நாள் அவர் தன் பணியிலிருந்து விலகி சென்னை திரும்பினார். டாக்டர் கலாம் இளைஞர்களின் மனதில் அறிவியல் எண்ணங்களை விதைக்க ஆவல் கொண்டார். அவர் அண்ணா பல்கலைக் கழகத்தில் தொழில் நுட்பமும், சமூக மாற்றமும் என்ற துறையில் பேராசிரியரானார். டாக்டர் கலாம் பல மாணவர்களுக்கு வழிகாட்டி, பல ஆராய்ச்சியாளர்களுக்கும், கல்வியாளர்களுக்கும் சந்தேகங்களைத் தீர்த்து உதவினார்.

இவ்வாறு பல ஆராய்ச்சிகளைச் செய்து இந்திய நாட்டுக்குப் பல நன்மைகள் புரிந்து அறிவியல் அறிஞர் ஆனார். நாக், ப்ருத்வி, ஆகாஷ், த்ரிஷூல், அக்னி ஆகிய ஐந்து முக்கிய ஏவுகணைத் திட்டங்களில் முக்கிய பணியாற்றினார்.

ஐதராபாத்திலுள்ள மருத்துவமனைக்குக் கலாம் சென்றிருந்தார். அங்குள்ள குழந்தைகள் செயற்கை கால் பொருத்தப்பட்டிருந்த கால்களால் நடந்தனர். அந்த செயற்கை கால் அதிக எடை இருந்தது. அதை தூக்கி நடக்க குழந்தைகள் மிகவும் சிரமப்பட்டனர். இதைக் கண்டு கலாம் மிகவும் மனம் வருந்தி மிகவும் எடை குறைந்த செயற்கைக் கால்களை உருவாக்க வேண்டும் என விரும்பினார்

அக்னி ஏவுகணைக்குப் பயன்படுத்தியது போகக் கழிக்கப்படும் மீதி மூலப் பொருட்கள் மூலம் எடை

குறைந்த செயற்கைக் கால்கள், கைகள் தயாரிக்கப்பட்டு பயன் படுத்தலாம் என்று ஆலோசனைகளையும் வழங்கினார். அதைச் செயல்படுத்தியும் காட்டினார். எடை குறைந்த செயற்கை காலோடு எளிமையாகக் குழந்தைகள் நடப்பதைப் பார்த்த பெற்றோர்கள் ஆனந்தக் கண்ணீர் வடித்தனர். இதைக் கண்டு கலாமும் நெகிழ்ந்து போனார். அவருடைய அறிவியல் திறமை பல செயல்களில் மக்களுக்கு நன்மையை அளித்தது.

குஜராத் மாநிலம் அகமதாபாத் நகரில் இந்திய விஞ்ஞானிகளின் 92வது மாநாடு நடந்தது. அப்துல் கலாம் இந்த மாநாட்டில் கலந்து கொண்டு பேசினார். ''சுனாமி பேரலையால் பேரழிவு ஏற்பட்டுள்ளது. இந்தச் சமயத்தில் இங்கே இருக்கும் விஞ்ஞானிகள் உங்களுக்குள்ளேயே கேள்வி எழுப்ப வேண்டும். எதிர்காலத்தில் இது போன்ற பேரழிவுகள் வராமல் தடுக்க விஞ்ஞானத்தின் மூலம் எவ்வாறு தடுக்கலாம் என்றும் விஞ்ஞானிகள் சிந்தித்துப் பார்க்க வேண்டும். நிலத்தில் ஏற்படும் பூகம்பம், கடலில் வரும் சுனாமிப் பேரலைகளை முன்கூட்டியே கண்டுபிடிக்க விஞ் ஞானிகளால் நிச்சயம் முடியும், கடலில் இருக்கும் அதிர்வுகளைக் கண்டு பிடிக்கவும், அதிர்வு வந்த பின்னர் அதைத் தடுக்க என்ன செய்யலாம் என்பது பற்றி விஞ்ஞானிகள் குழு தங்களது முழு சக்தியையும் பயன்படுத்த வேண்டும்.

வரும் 5 ஆண்டுக்குள் சுனாமிப் பேரலை வருவதை முன்கூட்டியே உணர்த்தும் கருவியை விஞ் ஞானிகள் கண்டு பிடிக்க வேண்டும். சில நாடுகளில் நில நடுக்கத்தை முன் கூட்டியே கண்டு பிடிக்கும்

முயற்சியில் வெற்றி பெற்றுள்ளார்கள். கடலில் ஏற்படும் அதிர்வுகளை முன்கூட்டியே கண்டு பிடித்து விட்டால் பல உயிர்களைக் காப்பாற்றி விட முடியும். பெரிய பூகம்பங்களைத் தடுக்க உதவும் வகையில் முன் கூட்டியே அலை வருவதை உணர்த்தும் கருவிகளைக் கண்டு பிடித்தால் பேரழிவுகளில் இருந்து நாட்டைக் காப்பாற்றி விட முடியும். லஞ்சம் இல்லாத தெளிவான தொழில் நுட்பங்களை அரசு பயன்படுத்தினால் நிச்சயம் வெற்றி பெற முடியும்.

வறுமையையும், அறியாமையையும் ஒழித்து நீதித்துறையை மேம்படுத்தினால் நாட்டு மக்களுக்கு சரியான நேரத்தில் நீதி கிடைக்கும். உலகப் போட்டிகளை சமாளிக்க இந்தியா 150 முதல் 200 இருக்கைகள் வரை கொண்ட ஜெட் ரக பயணிகள் விமானத்தை வடிவமைக்கவும், தயாரிக்கவும் வேண்டும். அது மட்டுமல்லாமல் விமான உதிரிப்பாகங்களையும் உற்பத்தி செய்து உலகத்தரம் வாய்ந்த விமானப் பழுது பார்க்கும் நிலையத்தையும் உருவாக்க வேண்டும். விமானம் ஓட்டும் பயிற்சி மையம் ஒன்றையும் இந்தியா நிறுவ வேண்டும். உலகப் போட்டி வாயிலாகத்தான் இந்தியா பொருளாதாரத்தில் பலம் பொருந்திய நாடாக விளங்க முடியும் என்று கலாம் கூறினார்.

அவர் அறிவியல் அறிஞராகி நம் நாட்டை உயர்த்தினார்.

●●●

3. விருதுகளும் வெற்றிகளும்

“நீண்ட நாள் முழுவதும் கணத்திற்குக் கணம் நேர்மையில் துணிவாய் உண்மையில் உழைக்கிறவன் கரங்களே அழகிய கரங்கள் என்ற கூற்றின்படி கலாம் அவர்களின் கரங்கள் உழைத்தன. அவ்வாறு உழைத்ததினால் பல விருதுகளையும், வெற்றிகளையும் பெற்று நாட்டை வளர்ச்சியடையச் செய்தார்.

கலாமின் ஏவுகணைத் திட்டம் வெற்றி பெற்றுவிட்டது. 1990 ஆம் ஆண்டு குடியரசுத்தினக் கொண்டாட்டத்தின் போது அப்துல்கலாம், டாக்டர் அருணாசலம் ஆகியோருக்குப் பத்மவிபூஷன் விருது வழங்கப்பட்டது. கலாமின் இரண்டு சக விஞ் ஞானிகளுக்கு ஜே. சி. பட்டாச்சார்யா, ஆர்.என். அகர்வால் ஆகியோருக்கு பத்மஸ்ரீ விருது வழங்கப்பட்டது. இந்திய விண்வெளி ஆராய்ச்சி நிறுவனம், பாதுகாப்பு ஆராய்ச்சி மற்றும் மேம்பாட்டு

நிறுவனத்தில் சிறப்பாகப் பணியாற்றியமைக்கும் 1981ஆம் ஆண்டில் பத்மவிபூஷன் விருதை வழங்கியது. இந்தியாவின் மிக உயரிய விருதான பாரத ரத்னாவை விஞ்ஞான வளர்ச்சி மற்றும் பாதுகாப்புத் தொழில் நுட்பம் நவீன மயமாக்கலில் அவரின் மகத்தான மற்றும் மதிப்புமிக்க பங்களிப்பாகப் பெற்றார்.

பாரத ரத்னா விருதை அப்போதைய ஜனாதிபதி கே.ஆர். நாராயணனிடமிருந்து பெற்றார். கலாம் அவர்கள் இந்தியாவின் மிக முக்கியமான விஞ் ஞானிகளுள் ஒருவராக இருந்தமையால் அவருக்கு நாடு முழுவதிலிருந்து 30க்கும் மேற்பட்ட பல்கலைக் கழகங்களும், உயர் நிறுவனங்களும் போட்டி போட்டுக் கொண்டு கௌரவ டாக்டர் பட்டம் வழங்கின. அறிவியல் மற்றும் தொழில் நுட்பத்துறையில் டாக்டர் கலாம் அவர்களின் சாதனைகளுக்காக H.H.பிரோடியா விருதும் அவருக்கு வழங்கப்பட்டது. இந்திய தேசிய அகடாமியால் 2000த்தில் வாழ்நாள் சாதனையாளர் விருது அளித்து கௌரவிக்கப்பட்டது. டாக்டர் பிரேன்ராய் வானியல் விருது, ஓம் பிரகாஷ் பாஷின் விருது, நேரு விருது. G.M.மோடி விருது, பின்னம் நேனி மற்றும் சீத்தாதேவி விருது, நாயுடம்மாள் தங்கப்பதக்கம், ஆர்யா பட்டா விருது, ஹரிஓம் ஆசிரம விருது மற்றும் பாரதியார் விருது போன்றவையாகும்.

பல்வேறு நிறுவனங்கள் அவரின் பணியைப் பாராட்டி கௌரவித்தன. அவை பெங்களூரின் ஏரோநாட்டிகல் சொசைட்டி ஆஃப் இந்தியா, இந்தியன் நேஷனல் அகாடமி ஆஃப் என்ஜீனியரிங், ஹைஎனர்ஜி மெட்டீரியல்ஸ் சொசைட்டி ஆஃப் இந்தியா, ஏரோ நாட்டிகல் சொசைட்டி ஆஃப் இந்தியா போன்றவை அவரை கௌரவித்தன.

கலாமிற்குக் கிடைத்த பட்டங்கள் எல்லாமே

அவரின் பணிக்காகக் கொடுக்கப்பட்டவை. இந்த விருதுகளாலோ, பட்டங்களாலோ டாக்டர் கலாம் அவர்கள் உயர்வை அடையவில்லை, மாறாக இந்த விருதுகளும், பட்டங்களும் டாக்டர் கலாம் அவர்களால் பெருமை பெற்றன.நாடு முழுவதிலும் உள்ள உயர் கல்வி மாணவர்களின் மனதில் தேச முன்னேற்றத்திற்கான எண்ணங்களை உருவாக்க வேண்டும் என்பதைத் தனது நோக்கமாகக் கொண்டிருந்தார்.

டாக்டர் அப்துல் கலாமிற்கு எண்ணற்ற சிறப்பு விருதுகளும், கௌரவ டாக்டர் பட்டங்களும் அவரின் ஒழுக்கத்திற்கும், நேர்மைக்கும், எளிமைக்கும் கிடைத்த மகத்தான மணிமகுடங்களாகும். ஐக்கிய நாடுகள் அவையில் ஏ.பி.ஜெ.அப்துல்கலாமின் 79வது பிறந்த நாள் உலக மாணவர் தினமாக அறிவிக்கப்பட்டது. அவர் 40 பல்கலைக் கழகங்கள் வழங்கிய மதிப்புறு முனைவர் பட்டங்களைப் பெற்றுள்ளார். இந்தியாவின் விண்வெளி ஆராய்ச்சி நிறுவனம், பாதுகாப்பு ஆராய்ச்சி மற்றும் மேம்பாட்டு நிறுவனத்தில் சிறப்பாகப் பணியாற்றியமைக்கும், அரசின் விஞ்ஞான ஆலோசகராக பணியாற்றியமைக்கும் 1981ஆம் ஆண்டில் பத்மபூஷன் விருதையும், 1990ஆம் ஆண்டில் பத்மவிபூஷன் விருதையும் இந்திய அரசு வழங்கிக் கௌரவித்தது. இந்தியாவின் மிக உயரிய விருதான பாரதரத்னாவை விஞ்ஞான தொழில் நுட்பம் நவீனமயமாக்கல் அவரின் மகத்தான மற்றும் மதிப்புமிக்க பங்களிப்புக்காகப்

பெற்றார்.

கலாம் அவர்கள் பெற்ற விருதுகளும், விருது வழங்கிய வருடங்களும் பின் வருமாறு:

1981ஆம் ஆண்டு பத்மபூஷன் விருது இந்திய அரசாங்கத்தால் வழங்கப்பட்டது. 1990ஆம் ஆண்டு பத்மவிபூஷன் விருது இந்திய அரசாங்கத்தால் வழங்கப்பட்டது. 1997ஆம் ஆண்டு பாரதரத்னா விருது இந்திய அரசாங்கத்தால் வழங்கப்பட்டது. 1997ஆம் ஆண்டு தேசிய ஒருங்கிணைப்பு இந்திராகாந்தி விருது இந்திய அரசாங்கத்தால் வழங்ககப்பட்டது. 2000ஆம் ஆண்டு இராமானுஜன் விருது ஆழ்வார்களின் ஆராய்ச்சி மையம் சென்னையில் வழங்கப்பட்டது. 2007ஆம் ஆண்டு அறிவியல் கௌரவ டாக்டர் பட்டத்தை உல்வெர்ஹம்டன் பல்கலைக் கழகம் இங்கிலாந்தில் வழங்கியது. 2007ஆம் ஆண்டு கிங்சார்லஸ் 11 தங்கபதக்கத்தை ராயல் சொசைட்டி இங்கிலாந்தில் வழங்கியது.

2008ஆம் ஆண்டு பொறியியல் டாக்டர் பட்டத்தை நன்யாங் தொழில்நுட்ப பல்கலைக் கழகம் சிங்கப்பூரில் வழங்கியது. 2009ஆம் ஆண்டு சர்வதேச வோன்கார்மான்விங்ஸ் விருதை கலிபோர்னியா இன்ஸ்டிடியூட் ஆஃப் டெக்னாலஜி என்னும் நிறுவனம் அமெரிக்காவில் வழங்கியது. 2009ஆம் ஆண்டு ஹீவர்மெடல் என்னும் விருதை ASMEமணிக்கு அமெரிக்காவில் வழங்கியது. 2010ஆம் ஆண்டு பொறியியல் டாக்டர் பட்டத்தை வாட்டர்லூ பல்கலைக்கழகம் வழங்கியது. 2011ஆம் ஆண்டு EEE கவுரவ உறுப்பினர் என்னும் பட்டத்தை IEEE வழங்கியது. 2012ஆம் ஆண்டு சட்டங்களின் டாக்டர் என்னும் பட்டத்தை சைமன்ஃப்ரேசர் பல்கலைக்கழகம் வழங்கியது. 2014ஆம் ஆண்டு

அறிவியல் டாக்டர் பட்டத்தை எடின்பரோ பல்கலைக் கழகம் வழங்கியது.

பல அரிய செயல்களைச் செய்து பல பட்டங்களையும், விருதுகளையும் பெற்று நாட்டையும், நாட்டு மக்களையும் நல்ல பாதையில் அழைத்துச் சென்ற மாமேதை ஆவார். கலாம் அவர்களின் மறைவுக்குப் பின்னரும் அவருக்கு பல வெற்றிகள் கிடைத்தன. அவை பீகார் மாநிலம் பாட்னாவில் கிஷான்கஞ்சில் உள்ள வேளாண் கல்லூரி மற்றும் அறிவியல் நகரத்துத்துக்கு அப்துல்கலாம் பெயர் சூட்டப்படும் என்று அந்த மாநில அரசு அறிவித்தது. அப்துல் கலாம் பிறந்த தினமான அக்டோபர் 15ம் தேதி வாசிப்புத்தனமாகக் கொண்டாடப்படும் என்று மகாராஷ்டிரா அரசு அறிவித்தது.

உத்திரபிரதேச மாநிலத் தொழில் நுட்பப் பல்கலைக் கழகத்திற்கு அப்துல் கலாம் பெயர் சூட்டப்படும் என்று அம்மாநில முதலமைச்சர் அகிலேஷ் யாதவ் அறிவித்தார். அப்துல் கலாம் பிறந்த அக்டோபர் 15 தமிழ்நாட்டில் இளைஞர் எழுச்சி நாளாக தமிழ்நாடு அரசு சார்பில் கொண்டாடப்படும் எனவும், ஆகஸ்ட் 15ஆம் தேதியன்று மனிதவியலில் சிறப்பாகக் செயல்பட்ட ஒருவருக்கு டாக்டர் ஏ.பி.ஜே.அப்துல் கலாம் விருது வழங்கப்படும் என்று தமிழக முதலமைச்சர் ஜெ.ஜெயலலிதா அறிவித்தார். புதுதில்லியில் உள்ள அவுரங்கசீப் சாலைக்கு ஏ.பி.ஜே.அப்துல்கலாம் சாலை எனப் பெயரிட்டு புதுதில்லி மாநகராட்சி ஆணையிட்டது. ஆந்திரப்பிரதேச சட்டப்பேரவையில் இவருக்குப் புகழாரம் சூட்டப்பட்டது.

இவையே அவர் பெற்ற விருதுகளும், வெற்றிகளும் ஆகும்.

●●●

4. குடியரசுத் தலைவராக அப்துல்கலாம்

நமது தேசம் என்பது எந்தவொரு தனி மனிதனுக்கும், நிறுவனத்துக்கும், கட்சிக்கும் அப்பாற்பட்டது. எனவே ஒரு தேசத்தின் மகுடமே அதன் சிந்தனையாளர்கள் தான். நல்ல சிந்தனையே நாளைய வெற்றிக் கனியாகும். எந்தச் செயலையும் துணிந்து செய்ய வேண்டும். அச்செயல் அனைவருக்கும் நன்மை தருவதாக இருக்க வேண்டும்.

உறுதியான உள்ளம் பெற எப்பொழுதும் மகிழ்ச்சியுடன் இருக்க வேண்டும் என்கிற நல்ல மன வலிமையை நமக்குப் பெற்றுத் தரும். நமது வாழ்க்கையை, மிகுந்த நம்பிக்கையுடன் வாழ நம்பிக்கை, உண்மை, உழைப்பு இந்த மூன்றும் இருந்தால் சிறப்பாக

வாழ முடியும். இவ்வாறு பல பொன்மொழிகளைக் கூறிய அப்துல் கலாம் தன் வாழ்க்கையை பொன்மொழிகளுக்கேற்ப வாழ்ந்தார். அவ்வாறு வாழ்ந்ததினால் அவர் விஞ்ஞானியாக இருந்து இந்திய ஏவுகணையின் தந்தையானார். பின்பு நமது நாட்டின் முதல் குடிமகனாக ஜனாதிபதியானார்.

இந்தியா மிகப்பெரிய ஜனநாயக நாடாகும். ஜனாதிபதி பதவி என்பது மிகப்பெரிய பதவியாகும். ஜனாதிபதியோ இந்திய தேசத்தின் முதல் குடிமகன். இராமேஸ்வரம் தீவில் முதல் இளங்கலைப் பட்டதாரியாக இருந்த கலாம் இந்தியாவில் முதன்முறையாக ஓர் அறிவியல் அறிஞராக இருந்தவர் ஜனாதிபதி ஆனார்.

டாக்டர் கலாம் அவர்களை ஜனாதிபதியாக்க அப்போது பிரதமராக இருந்த அடால் பிகாரி வாஜ்பாய் எண்ணினார். அப்போதைய ஜனாதிபதி கே.ஆர்.நாராயணன் அவர்களுக்குப் பின்னர் கலாம் அவர்களை ஜனாதிபதியாக்க எண்ணினார் வாஜ்பாய். அப்போது டாக்டர் கலாம் அவர்கள் அண்ணா பல்கலைக் கழகத்தில் மாணவர்களுக்கு வகுப்பு எடுத்துக் கொண்டிருந்தார். ஜனாதிபதி பதவிக்கு அடால்பிகாரி வாஜ்பாய் அவர்களால் போட்டியிட தேர்வு செய்யப்பட்ட செய்தி அப்போது வந்தது. தேசம் என்பது தனிப்பட்ட ஒரு மனிதனை விட பெரியது என கலாம் நினைத்தார்.

இந்தியா ஒரு மதச்சார்பற்ற நாடு. இதற்கு முன்பே சிறுபான்மை சமூகத்தைச் சேர்ந்த டாக்டர் ஜாகீர் உசேனும், பக்ரூதீன் அலி அஹமது அவர்களும் ஜனாதிபதி பதவி வகித்தனர். டாக்டர் அப்துல் கலாம்

ஜனாதிபதி பதவிக்குப் தேர்ந்தெடுக்கப் படுவதை திருமதி. சோனியாகாந்தி அவர்களின் காங்கிரஸ் கூட ஆதரித்தது. ஒரு விஞ்ஞானியால் நாட்டை ஆள முடியுமா என்று பலரும் சந்தேகம் கொண்டனர். 2002ஆம் ஆண்டு ஜுலை 15ம் நாளன்று ஜனாதிபதி தேர்தல் நடந்தது. அதில் கலாம் அவர்கள் இடதுசாரிகளின் நேதாஜியின் இந்திய தேசிய ராணுவத்தின் முன்னாள் கேப்டனாக இருந்த லக்ஷ்மி செஹேகாலை எதிர்த்துப் போட்டியிட்டார். டாக்டர் கலாம் அவர்கள் லக்ஷ்மி செஹேகாலை விடக் கூடுதலாக 4152 ஓட்டுகள் பெற்று வெற்றி பெற்றார். இந்தியாவின் ஜனாதிபதியானார்.

விஞ்ஞானியாக இருந்து ஜனாதிபதியான முதல் இந்தியர் டாக்டர் அப்துல்கலாம் அவர்களே. இதற்கு முன்னர் ஜனாதிபதியாக இருந்த டாக்டர் ராதாகிருஷ்ணன் தத்துவவியலாளர். டாக்டர் ஜாகீர்உசேன் கல்வியாளர். மற்றெல்லோரும் அரசியல்வாதிகள். இந்தியாவின் தலைமை நீதிபதியான B.N. கிர்பால் சிங் அவர்களால் 2002ஆம் ஆண்டு ஜுலை மாதம் 25ஆம் நாளன்று டாக்டர் கலாம் அவர்கள் ஜனாதிபதியாக பதவி பிரமாணம் செய்து வைக்கப்பட்டார். ஒரு பிரம்மச்சாரி குடியரசுத் தலைவரானது முதன் முறையாகும்.

ஜனாதிபதியாக பதவி ஏற்றதும் கலாம், நான் மகிழ்ச்சியாக இருக்கிறேன். எல்லாம் வல்ல இறைவனையும், என் தந்தையையும் "சல்யூட்" செய்கிறேன். என்னை இந்தியாவின் முதல் குடிமகனாக்கிய உயர்ந்த உள்ளங்களுக்கு என் நன்றியைத் தெரிவித்துக் கொள்கிறேன் என்றார்.

அவர் ஜனாதிபதியான போது அவருக்கு வயது 71. அவர் இந்தியாவின் 11வது ஜனாதிபதி ஆவார். டாக்டர் கலாம் அவர்கள் ஓர் அணு விஞ்ஞானி, அவருக்கு எப்படி அரசியல் தெரியும். அவரால் நாட்டு மக்களுக்கு என்ன செய்ய முடியும் என்று முணுமுணுத்தார்கள். அவர்களுக்கு கலாம் கூறிய பதில் நான் விஞ்ஞானிதான். ஒரு ஜனாதிபதி எப்படி செயல்பட வேண்டும் என்று செயலில் காட்டுகிறேன் என்று கூறினார்.

வரலாற்று சிறப்புமிக்க இந்தியாவின் 12வது குடியரசுத் தலைவராகத் தேர்ந்தெடுக்கப்பட்டார் அப்துல்கலாம். டாக்டர் ராதாகிருஷ்ணன் அவர்களுக்குப் பிறகு ஜனாதிபதி மாளிகையில் நுழைந்த ஒரே அறிவு ஜீவி டாக்டர் கலாம் அவர்கள் தான். இந்தியாவின் பெருமையைக் கட்டிக்காக்கக் கூடியவராக இருந்தார்.

டாக்டர் அப்துல் கலாம் அவர்கள் ஜனாதிபதியான பிறகு எளிமையின் சிகரமாக விளங்கினார். ஒரு சாதாரண மனிதரைப் போலவும், உயிர்களைக் கொன்று உண்பதை அடியோடு வெறுத்து சைவ உணவையே உண்டு வந்து ஜீவகாருண்ய ஒழுக்கம் மாண்புகளைப் பின்பற்றினார்.

டாக்டர் கலாம் அவர்கள் தனது பணியில் ஒழுக்கத்தையும், நேரம் தவறாமையையும் கடைப்பிடித்து

வந்தார். ஜனாதிபதி மாளிகை மிகவும் பெரிதான மாளிகை. அதில் *345* அறைகள் உண்டு. மிக உயர்ந்த பதவியில் இருந்தாலும் கலாம் அவர்கள் சாதாரண மக்களோடு மக்களாக அனைவரிடமும் அன்பாகச் செயல்பட்டார். டாக்டர் கலாம் அவர்கள் *2002*ஆம் ஆண்டு சென்னைக்கு வந்தார். பல்வேறு நிகழ்ச்சிகளில் கலந்து கொண்டு, மாணவர்களிடையே உரையாடி மகிழ்ந்தார்.

மாணவர்களிடம் பல கேள்விகள் கேட்டு அதற்கு மாணவ மாணவிகள் பதில் கூறினார்கள். மாணவர்கள் டாக்டர் கலாமிடம் பல கேள்விகளுக்கு விடை கண்டார்கள். இதன் மூலம் தமது அதிகாரம் மற்றும் பதவியின் உயர்வில் இருந்து சாதாரண மக்களோடு மக்களாக அனைவரிடமும் அன்பாகச் செயல்பட்டார். டாக்டர் அப்துல் கலாம் குழந்தைகள் தான் நம்முடைய மிகப்பெரிய சொத்துகள். அவர்கள் சரியான பாதையில் செல்ல நாடு வழிகாட்டியாகத் திகழ வேண்டும். ஆண், பெண் என இருவரையும் சரி சமமாக உயர்வு தாழ்வின்றி வழி நடத்த வேண்டும். நமது குழந்தைகளின் நலன் கருதி இனிமேல் மதுபானங்கள் மற்றும் போதைப் பொருட்கள் போன்ற பழக்கங்களில் இருந்து நாம் அனைவரும் விடுபட வேண்டும்.

குழந்தைகள் கடின உழைப்பின் முக்கியத்துவத்தையும், கல்வியின் முக்கியத்துவத்தையும் அறியும்படி அவர்களை உருவாக்க வேண்டும். நமது நாட்டில் வறுமைக் கோட்டிற்குக் கீழே யாரும் இல்லை என்ற நிலையை உருவாக்கி, எட்டு நாடுகளில் நமது நாடு தலை சிறந்த நாடாக உருவாக்க நாம் அனைவரும் பாடுபட வேண்டும். பின்னர் நதிகள் இணைப்புகளை உருவாக்கி

நமது நாட்டில் விவசாயத்தைப் பெருக்க வேண்டும். நமது அனைவரின் கனவும் நனவாகும்படி 2002ஆம் ஆண்டுக்குள் வளர்ச்சியடைந்த இந்தியாவை உருவாக்க வேண்டும் என்றும் கூறினார்.

அறிவியல் துறையில் சிறந்து விளங்கிய கலாம் அவர்கள் ஜனாதிபதியான பிறகு தான் கற்ற அறிவியல் தொழில் நுட்பத்தை நாட்டின் வளர்ச்சிக்காகப் பயன்படுத்தினார். டாக்டர் அப்துல் கலாம் இந்தியாவின் வறுமையை விரட்ட பெரும்பாடுபட்டார். இந்தியாவின் ஜனாதிபதி பதவி என்பது இங்கிலாந்தின் அரசரைப் போன்றோ அல்லது அமெரிக்காவின் ஜனாதிபதியைப் போன்றோ அதிகாரம் வாய்ந்தது அல்ல. நமது அரசியல் சாசனம் ஜனாதிபதி பதவியை மிக உயர்ந்தது என்று தெரிவித்த போதும், நமது நாட்டில் ஜனாதிபதி அதிகார அமைப்பிலான அரசாங்கம் இல்லை. ஆனால் இங்கிலாந்து அரசருக்கோ, அமெரிக்கா ஜனாதிபதிக்கோ கூட இல்லாத அதிகாரம் இந்திய ஜனாதிபதிக்கு உண்டு. அதாவது இந்திய ஜனாதிபதி பதவி என்பது மிகச்சில சிறப்பு அதிகாரங்களை மட்டும் கொண்டதாகும். எந்த அரசு நல்ல நிர்வாகத்தைத் தரவில்லையோ அந்த அரசைக் கலைக்கும் அதிகாரம் இந்திய ஜனாதிபதிக்கு உண்டு.

நமது நாட்டின் அரசியல் சாசனச் சட்டத்தின் 53வது பிரிவின்படி ஜனாதிபதிக்குச் சிறப்பு அதிகாரங்கள் இருந்த போதும் அவர் ஏகாதிபதியாகச் செயல்பட முடியாது.

குடியரசுத் தலைவர் கலாம் தனது வெளியூர் பயணத்தின் போதும் ஆயிரக்கணக்கான பள்ளி

மாணவர்களைச் சந்திக்கிறார். அவர்களோடு உரையாடி, அவர்களின் கேள்விகளுக்கு விடையளிக்கிறார். நாள்தோறும் நூற்றுக்கணக்கான மாணவர்கள் மின்னஞ்சல் மூலம் கலாமைத் தொடர்பு கொள்கிறார்கள். மாணவர்களுக்கு உடனுக்குடன் பதில் அளிக்கிறார். நாடு முழுவதும் இருந்து மக்களும், எழுத்தாளர்களும், மாணவர்களும் அவருக்குக் கடிதம் எழுதுகிறார்கள். அவரும் பதில் அனுப்புகிறார். மக்களோடு நெருங்கிய தொடர்பு கொண்ட குடியரசுத் தலைவராய்த் திகழ்ந்தார்.

மாணவ சமூகத்தின் நம்பிக்கைக்குரிய முதல் ஜனாதிபதி ஆவார். வேறு எந்த ஜனாதிபதிக்கும் இல்லாத அளவுக்கு இளம் தலைமுறை கலாமை நேசிக்கிறது. அந்த அன்பு பிணைப்பு என்பது தானாக ஊற்றெடுத்துப் பெருகிய அன்புப் பிணைப்பாகும். கலாமின் கனவை தங்கள் கனவாக நினைப்பதற்கு இளம் தலைமுறை கற்றுக் கொண்டு வருகிறது. அந்தக் கனவுகள் நினைக்க நினைக்க இனிக்கும் கனவுகளாகும். அவை நமது நாட்டின் மாபெரும் முன்னேற்றம் ஆகும். ஒருமுறை மாணவர்கள் மத்தியில் பேசும் போது கனவு காணுங்கள் என்று வலியுறுத்தினார் லெனின். நமது அப்துல் கலாமும் மாணவர்களைக் கனவு காணச் சொல்கிறார். சிந்திக்க வைக்கும் கனவுகள், அவர்களைச் செயல்பட வைக்கும் கனவுகள்.

2020 ஆம் ஆண்டுக்குள் இந்தியாவை வளர்ச்சியடைந்த ஒரு நாடாக மாற்ற வேண்டுமானால் ஒவ்வொரு இந்தியரின் நாடி நரம்புகளிலும், ரத்த நாளங்களிலும் உயிர் துடிப்பை ஏற்படுத்த வேண்டும்.

பொருளாதார ரீதியில் வல்லரசுகளாக மேலோங்கி வளர்ந்துள்ள நாடுகளில் ஒன்றாக இந்தியாவை மாற்றி அமைக்க வேண்டும் என்று கூறினார்.

பொருளாதாரம், வேலைவாய்ப்பு ஆகிய துறைகளில் அதிகக் கவனம் செலுத்த வேண்டும். அதே சமயம் பாதுகாப்புத் தொழில் நுட்பத்துறையிலும் பெரும் அக்கறை செலுத்த வேண்டும். விண்வெளி, அணுசக்தி, தேசப்பாதுகாப்பு, மின்னணுவியல் தொடர்பான எல்லாத் தொழில் நுட்பங்களிலும் இந்தியா முழு வளர்ச்சியடைய வேண்டும். தரமான மின்சாரம், சாலை வசதிகள், நீர்வழிகள், விமானப் போக்குவரத்து, தொலைத் தகவல் தொடர்பு, துறைமுகங்கள் போன்ற துறைகளின் உள்கட்டமைப்பு அதிவிரைவாக வளர்ச்சியடைய வேண்டும்.

கிராமங்கள் பல்வேறு வகையில் ஒன்றோடொன்று இணைக்கப்பட வேண்டியது மிக அவசியம். இதன் மூலம் விவசாயத் துறையிலும், விவசாய உணவுப் பிரிவிலும் பல்கிப் பெருகி வரும் மாபெரும் முன்னேற்றங்களை முழுமையாகப் பயன்படுத்த வேண்டும். தாம் சந்திக்கும் மக்களுக்கு புதிய சிந்தனையைக் கொடுக்கிறார். தமிழ் ஆர்வம் மிக்கவராகத் திகழ்கிறார். தாம் பேசும் மேடைகளில் அவ்வப்போது கவிதை எழுதி வாசிக்கிறார். காட்சிக்கு எளியவராக, கடுஞ்சொல் கூறாதவராக, புதிய பாரதத்தை உருவாக்கும் இளைய தலைமுறையின் நம்பிக்கையாக விளங்குகிறார்.

2006ஆம் ஆண்டு செப்டம்பர் 23, 24, 25 ஆகிய நாட்களில் தமிழகத்தின் பல இடங்களில் ஜனாதிபதி அப்துல்கலாம் சுற்றுப் பயணம் மேற்கொண்டார்.

செப்டம்பர் 22ம் தேதி காலை கன்னியாகுமரிக்கு வருகை புரிந்தார். அங்கு பல நிகழ்ச்சிகளில் கலந்து கொண்டார். கன்னியாகுமரி கோவிலுக்கு அவர் வருகை புரிந்தார். கன்னியாகுமரி கோவிலுக்கு அவர் வருகை புரிந்த போது நாதஸ்வர இசை முழங்க வரவேற்பு அளிக்கப்பட்டது. அப்துல் கலாம் தனக்குப் பிடித்த ஒரு ராகத்தை வாசிக்கும்படி நாதஸ்வர வித்வான் ஒருவரிடம் கேட்டுக் கொண்டார். அந்த நாதஸ்வரக் கலைஞரும் மகிழ்ச்சியோடு வாசித்தார். ஜனாதிபதி அதை ரசித்த பின்னர் அந்த நாதஸ்வர கலைஞரைத் தோளில் தட்டிக் கொடுத்து பாராட்டினார்.

விவேகானந்தர் பாறைக்கு படகில் சென்றார். திருக்குறளை நேசிக்கும் கலாம் திருவள்ளுவரின் 133 அடி உயர சிலையைக் கண்டு வியந்தார். அவர் டெல்லிக்குச் சென்றதும் தாம் எழுதி அனுப்பும் 10 திருக்குறளை சுற்றுலாப் பயணிகள் பார்வையில் படும்படி எழுதி வைக்குமாறு விவேகானந்தர் மண்டபத்து நிர்வாகிக்கு ஆணையிட்டார். ஐந்நூறு மாணவர்களுடன் நேருக்கு நேர் உரையாடினார். இந்த மாணவர்கள் எதிர்காலத்தில் எப்படியெல்லாம் வளர்ச்சியடைய வேண்டும் என்று கூறினார்.

இந்தியா லஞ்ச ஊழலற்ற நாடாக எதிர்காலத்தில் இருக்க வேண்டும் என்றும், அப்படி உருவாக்குவதில் மகத்தான கடமை இருக்கிறது என்றும் தெரிவித்தார். நம் எண்ணங்கள் எல்லாம் உயர்ந்த எண்ணங்களாக இருக்க வேண்டும். பாராளுமன்றத் தேர்தலில் காங்கிரஸ் தலைமையிலான ஐக்கிய முற்போக்குக் கூட்டணி வெற்றி பெற்று ஆட்சி அமைத்த பிறகு பாராளுமன்ற

இரு சபைகளின் கூட்டத்தில் அப்துல் கலாம் தமிழ் கவிதையை வாசித்தார். அவர் வாசித்த கவிதையை அனைவரும் அமைதியாகக் கேட்டனர். பின்பு அனைவரும் மகிழ்ச்சி அடைந்தனர்.

அவரின் கவிதை:–

நான் ஏறிக்கொண்டே இருக்கிறேன்
எங்கு இருக்கிறது இலட்சிய சிகரம் என் இறைவா...?
நான் பெருங்கடலில் நீந்திக் கொண்டே இருக்கிறேன்
எங்கு இருக்கிறது அமைதித்தீவு என் இறைவா...?
இறைவா நூறு கோடி மக்கள்
இலட்சிய சிகரத்தையும், அறிவுப் புதையலையும்
இன்ப அமைதியையும் உழைத்தடைய
அருள்வாயாக......

இவ்வாறு அப்துல்கலாம் கவிதை பாடியதும் உறுப்பினர்கள் அனைவரும் மேஜையைத் தட்டி மகிழ்ச்சி ஆரவாரம் செய்தனர். பின்னர் அவர் பாராளுமன்றத்தில் பேசும் போது ஒவ்வொரு குடி மகனுக்கும் லட்சியம் வேண்டும். எனது ஆசிரியர் சுப்பிரமணிய அய்யர் பறவை எப்படி பறக்கிறது என்று கேட்டார். என்னைக் கடற்கரைக்கு அழைத்துச்சென்று கடல்பறவை எப்படி பறக்கிறது. அதில் உள்ள வித்தியாசம் என்ன என்று எனக்கு உணர்த்தினார். வாழ்க்கையின் லட்சியம் குறித்து என்னைச் சிந்திக்க வைத்தார். அங்கே தொடங்கியது எனது லட்சியப் பயணம். அனைத்து மாணவ மாணவிகளும் நான் சொல்லும் உறுதிமொழிகளை எடுத்துக் கொள்ள வேண்டும்.

பின்னர் உறுதிமொழியை எடுத்து வாசித்தார். “நான்

எனது வாழ்க்கையில் லட்சியத்தை மேற்கொண்டு அதற்காக உழைப்பேன். நன்றாக உழைத்து, படித்து மேற்கொண்ட லட்சியத்தை அடைய முயற்சிப்பேன், அதற்கு உழைப்பேன், நன்றாக உழைத்து படித்து மேற்கொண்டு, விடுமுறை நாளில் எழுதப்படிக்கத் தெரியாத 5 பேருக்கு எழுதப்படிக்கக் கற்றுக் கொடுப்பேன். எனது வீட்டிலோ, பள்ளியிலோ நான் 5 செடிகளை நட்டு மரமாக்கப் பாடுபடுவேன். நான் என்னால் முடிந்தவரை 5 பேரை மது, சூது ஆகியவற்றிலிருந்து விடுவிக்க முயற்சி எடுப்பேன், நான் ஜாதி, மத மொழியின் பெயரால் எந்தப் பாகுபாடும் இன்றிச் சமமாக நேர்மையாக நடந்து கொண்டு மற்றவர்களுக்கு எடுத்துக்காட்டாக இருக்க முயல்வேன்" என்று படித்தார். இது மாணவர்களுக்கு மட்டும் அன்று எனக்கூறிய கலாம் "'தாய், தாய் நாடு இரண்டையும் நேசித்துப் பெண் குலத்திற்குப் பெருமை சேர்ப்போம். நம் நாட்டில் அறிவுத்தீபத்தை ஏற்றி அணையா விளக்காகப் பாதுகாப்போம்" என்று மேலும் கூறினார்.

விஞ்ஞான வளர்ச்சி என்பது பயோடெக்னாலஜி, இன்பர்மேஷன் டெக்னாலஜி, மேனோ டெக்னாலஜி இந்த மூன்றும் சேர்ந்து புதிய புரட்சி ஏற்பட்டு விஞ்ஞான வளர்ச்சி உருவாகும். ஜனாதிபதி மாணவர்களைப் பார்த்து ஒரு கேள்வி கேட்கத் தொடங்கினார். யாருக்கு என்னைப் போல் விஞ்ஞானியாக விருப்பம் என்று கேட்டார். அப்போது 500 மாணவர்களும் கையைத் தூக்கினார்கள். அப்போது டாக்டராக யாருக்கு ஆசை என்று கேட்டார். அப்போது 100 மாணவர்கள் கையை உயர்த்தினார்கள். கலெக்டராக யாருக்கு ஆசை

என்று கேட்டார். 50 பேர் கையை உயர்த்தினார்கள். அரசியல்வாதியாக யாருக்கு ஆசை என்று கேட்டார். அப்போது யாருமே கையைத் தூக்கவில்லை.

எனினும் 3 மாணவிகள் தயங்கியபடியே கையை உயர்த்தினார்கள். அவர்களிடம் ஏன் அரசியல்வாதியாக வேண்டும் என்று கேட்டார். அதற்கு மாணவிகள் அரசியல்வாதிகளுக்கு மதிப்பும், மரியாதையும் கிடைக்கிறது. அதை வைத்து மக்களுக்கு நல்லது செய்வோம் என்றார். உடனே உங்களுக்கு 60 மார்க் தான். 100 மார்க் கிடையாது. என்று கூறி விட்டு மாணவர்களைப் பார்த்து தன்னிடம் கேள்வி கேட்குமாறு கேட்டுக் கொண்டார்.

லஞ்சமற்ற இந்தியாவை உருவாக்குவது எப்படி? கர்நாடகாவில் 55 ஆயிரம் மாணவர்கள் கலந்து கொண்ட நிகழ்ச்சியிலும் இதே கேள்வி கேட்கப்பட்டது. இங்கிருக்கும் குழந்தைகளுக்கு தாய் தந்தை உள்ளனர். அவர்களில் அத்தனை பேரும் நல்லவர்கள் என்று சொல்ல முடியாது. குறிப்பிட்ட சிலர் இப்போதும் லஞ்சம் வாங்கிக் கொண்டு தான் இருக்கிறார்கள். இங்கிருக்கும் குழந்தைகள் தங்களது தாய் தந்தை லஞ்சம் வாங்கினால் அதைத் தடுக்க வேண்டும், பரிசுப் பொருள் வாங்குவது என்பது கொடிய விஷப்பாம்பைத் தொடுவதற்கு சமம். ஒவ்வொரு குழந்தையும் இதைச் செயல்படுத்தினால் இன்னும் 5 ஆண்டுகளில் இந்தியா லஞ்சமற்ற நாடாக மாறும்.

சுற்றுப்புற சூழலைச் சுத்தமாக வைத்திருக்க முதலில் உனது வீட்டை சுத்தமாக வைத்துக் கொள். உன் வீடு சுத்தமானால் கன்னியாகுமரி சுத்தமாகும்.

கன்னியாகுமரி சுத்தமானால் மாவட்டம் சுத்தமாகும், மாவட்டம் சுத்தமானால் மாநிலம் சுத்தமாகும் என்று கூறினார்.

திருநெல்வேலியில் மனோன்மணியம் சுந்தரனார் பல்கலைக்கழகத்தில் நடைபெற்ற பதினேழாவது பட்டமளிப்பு விழாவில் கலந்து கொண்டு உரையாற்றினார். நாட்டின் கிராமப்புற வளர்ச்சியை நோக்கமாகக் கொண்ட திட்டத்தில் மனோன்மணியம் சுந்தரனார் பல்கலைக்கழகம் முக்கியப் பங்களிப்பாக மாற வேண்டும் என்று கேட்டுக் கொண்டார் அப்துல்கலாம், ஆராய்ச்சி முன் முடிவுகள் யாவும் வேலை வாய்ப்பை உருவாக்கக் கூடிய நடவடிக்கைகளாக மாற்றப்பட வேண்டும் என்று கேட்டுக் கொண்டார். இந்திய ஜனாதிபதிகளிலேயே இவர் வித்தியாசமானவர், இவர் கவிஞர், இவர் ஒரு எழுத்தாளர், இவர் ஒரு விஞ்ஞானி. இவர் கனவுலகில் சஞ்சரிப்பவர் அல்லர். கனவை நனவாக்கும் வித்தையைக் கற்பிக்கும் சித்தர்.

கலாம் அவர்கள் தனது பணியில் மிக ஒழுக்கமாகவும், நேரம் தவறாமையைக் கடைப்பிடிப்பவராகவும் இருந்தார். ஜனாதிபதி மாளிகை மிகப் பெரியதாகும். 345 அறைகள் கொண்டது. அதனைச் சுற்றி மிக அழகான இயற்கை எழில் பொங்கும் தோட்டம் உண்டு. ஜனாதிபதி கட்டளையை சிரமேற்தாங்க பணியாளர் கூட்டம் உண்டு. அவரது கட்டளைப்படி நடக்க பாதுகாவலர்களும், ராணுவ வீரர்களும் உண்டு. ஜனாதிபதியைச் சுற்றி பெரும் சம்பிரதாயங்களும், சிறப்பான அரசு முறையிலான பல்வேறு ஆடம்பர முறைகளும் உண்டு. அப்துல் கலாம் அவர்கள் எந்த ஆடம்பரமும் இன்றி எளிமையானவராக இருந்தார்.

ஜனாதிபதி என்பது பல்வேறு பணிகளையும், பொறுப்புகளையும் உள்ளடக்கியது. அவர் பல்வேறு உத்தரவுகளைப் பிறப்பிக்க பிரதமரும் ஆலோசிப்பார். ஜனாதிபதி நாடு முழுக்கப் பயணித்து மக்களின் சுக துக்கங்களை அறிய வேண்டியும் இருக்கும். பல்வேறு அயல் நாடுகளுக்குச் சென்று அவர்களுடனான நட்பைப் பலப்படுத்த வேண்டியிருக்கும். இந்தியாவின் பின் தங்கிய மாநிலமான பீகாரிலோ, அல்லது புயல் வெள்ளத்தால் பாதிக்கப்பட்ட ஓரிசாவிலோ துயருறும் மக்களைக் காண டாக்டர் கலாம் செல்லுகையில் எல்லாப் பாதுகாப்பு அம்சங்களையும் தாண்டி மக்கள் மேல் கொண்ட அன்பினால் அவர்கள் அருகில் சென்று ஆறுதல் அளித்து கைகுலுக்குவார்.

2003ஆம் ஆண்டு மார்ச் மாதம் 18ஆம் நாள் அன்று ஜனாதிபதி அப்துல்கலாம் அவர்கள் ஆர்.வெங்கட்ராமன் அவர்களுக்கு காந்தி சமதான விருதை வழங்கிக் கௌரவித்தார். இந்திய ஜனாதிபதியாக அவர் பல்வேறு நாடுகளுக்குப் பயணம் மேற்கொண்டார். எங்கு சென்றாலும் இந்தியா ஒரு சமாதான விரும்பி என்றும், அது தீவிரவாதத்தை எதிர்க்கிறது என்றும் தெரிவித்தார். கலாம் அவர்கள் வணிக நிறுவனங்களின் கூட்டம் ஒன்றினைத் தொடங்கி வைத்தார். குறைந்த செலவில் கடல் நீரில் இருந்து மின்சாரம் தயாரிக்கும் படியும், உப்பு நீரை நன்னீராக மாற்றி விவசாயத்திற்குப் பயன்படுத்தும்படியும் கூறினார். பாலைவனத்தை சோலைவனமாக மாற்ற விரும்பினார்.

சூடானின் தேசிய மன்றத்தில் கலாம் உரையாற்றும் போது நாடுகளிடையே ஒற்றுமை ஏற்பட்டால்

பொருளாதாரம் வளர்ச்சியடையும். தீவிரவாதம் மிகப்பெரும் பிரச்சனையாக உள்ளதையும் அதற்கு எதிராக ஒவ்வொருவரும் செயல்பட வேண்டும் எனவும் கூறினார். பல்கேரியப் பயணத்தின் போது கலாம் அவர்கள் மூன்று உடன்படிக்கைகளில் கையெழுத்திட்டார். அவை குற்றவாளிகளை ஒப்படைப்பது, தகவல் தொழில்நுட்ப வளர்ச்சியில் பங்கு பெறுவது மற்றும் கல்வி விளையாட்டுத்துறையில் பரஸ்பரம் ஒத்துழைப்பது.

விஞ்ஞானிகளையும், கணித வல்லுனர்களையும், அவர்களின் பணிக்காக பாராட்டினார். சில ஊடகச் செய்தியாளர்கள் உங்கள் இளமைக்குக் காரணம் என்ன? என்று கேட்டனர். உடனடியாக கலாம் *இந்தியாவில் 260 மில்லியன் மக்கள் வறுமைக் கோட்டுக்கு கீழ் உள்ளனர். அவர்களது முகத்தில் மலர்ச்சி தோன்றும் வரை நான் தளர்ச்சி அடைய முடியாது. பல்வேறு இஸ்லாமிய நாடுகளில் பயணம் மேற்கொண்ட கலாம் அவர்கள் அமைதியையும், சமாதானத்தையும் ஏற்படுத்த முயற்சிகள் மேற்கொண்டார்.

பலமுறை ஜனாதிபதி மாளிகையின் பாதுகாப்பு வளையத்தை உடைத்துக் கொண்டு கலாம் அவர்கள் குழந்தைகளையும், ஆசிரியர்களையும் சந்திப்பார். அவருக்கு குழந்தைகளை ரொம்பப் பிடிக்கும். அவர் மிகவும் அன்பானவர். ஜனாதிபதியாக இருந்த காலத்தில் ஒருமுறை தன் கையாலேயே குழந்தைகளுக்கு உணவு பரிமாறினார். அவர் எளிமையாகவே வாழ்ந்தார். எளிய முறையிலான ஆடைகளையே அவர் எப்போதும் அணிவார். அனைத்து விருந்தினருடனும் எளிதில்

கலந்து விடுவார். மேதகு என்றோ 'மேன்மை தாங்கிய' என்றோ தான் அழைக்கப்படுவதை அவர் வெறுத்தார். எல்லா சந்தர்ப்பங்களிலும் மக்களின் குறைகளைக் கேட்டு உடனே தீர்ப்பார். தனக்கு வழங்கப்பட்ட உபகரணத்தைப் பயன்படுத்தவியலா இளம்பிள்ளை வாதத்தால் பாதிக்கப்பட்ட ஒரு குழந்தை அழுதபோது அந்தக் குழந்தையின் அறுவை சிகிச்சைக்கு கலாம் உதவினார். டாக்டர் கலாம் வளர்ச்சியடைந்த இந்தியா' என்றொரு அறக்கட்டளையைத் தொடங்கினார்.

பல்வேறு விருதுகளின் மூலம் வந்த செல்வத்தையும், தன் சொந்தப் பணத்தையும் கொண்டு கிராமங்களைச் சேர்ந்த 1000 மாணவர்களுக்குப் பயிற்சியளிக்க உதவினார். தான் ஆசிரியராக இருந்து எழுதிய புத்தக வருமானத்தை அன்னை தெரசா தொண்டு நிறுவனத்திற்கு வழங்கினார். அவர் ஜனாதிபதியாக இருக்கும் போது தினமும் 18 மணி நேரம் உழைப்பார். இந்தியா சுதந்திரம் பெற்ற 60 ஆண்டுகளில் பதவி வகித்த ஜனாதிபதிகளில் மிகவும் பிரபலமான ஜனாதிபதியாக கலாம் விளங்கினார்.

இந்தியாவின் 56வது குடியரசுத்தின விழாவன்று ஜனாதிபதி அப்துல்கலாம் தொலைக்காட்சியில் உரை நிகழ்த்தினார். அவர் கூறியதாவது:

நாட்டின் 54 கோடி இளைஞர்களின் எதிர்காலம் குறித்த கவலையைப் போக்கவும், அவர்களது முகத்தில் புன்னகையை நிலை நிறுத்தவும், வேலை வாய்ப்புகளை உருவாக்குவதே ஒரே வழியாகும். வேளாண்துறை பணிகளில் இருந்து இடம் பெயரும் பத்து சதவிகித்தனருக்கு கிராமப்புற தொழில் முனைவுகளில்

மதிப்புக் கூட்டப்பட்ட பணி வாய்ப்புகளை வழங்குவதன் மூலம் நகர்ப்புறங்களில் அவர்கள் குடியேறுவதை தவிர்க்கலாம். நாட்டின் 63 கோடி ஹெக்டேர் தரிசு நிலங்களில் சுமார் 11 கோடி ஹெக்டேர் அளவிற்கு தாவர எரிபொருள் வித்துக்களை பயிரிடுவதன் மூலம் ஆண்டுக்கு ரூபாய் 20,000 கோடி வருவாய் ஈட்டுவதோடு 12 கோடி மக்களுக்கு வேலை வாய்ப்பை வழங்கலாம்.

நீர் சேகரிப்பு அனைவருக்கும் கட்டயமாக்கப்பட வேண்டும். நீர் ஆதாரங்களை மேம்படுத்தும் வகையில் தடுப்பணைகள் கட்டப்படுவதும், நீர்பிடிப்பு அமைப்புகளை மேம்படுத்துவதும், குளங்களையும், ஆறுகளையும் தூர்வாருவதும், நீர்நிலைகளையும், கிணறுகளையும் புதுப்பிப்பதும் அவசியமாகும். முற்றிலும் தொழிலாளர் சார்ந்த இப்பணிகள் வாயிலாக அடுத்த மூன்று அல்லது நான்கு ஆண்டுகளுக்கு 60 லட்சம் பேருக்கு வேலை வழங்க முடியும். நாட்டின் அனல்மின் நிலையங்கள் வாயிலாகக் கிடைக்கப்பெறும் நிலக்கரி சாம்பலின் அளவு ஆண்டுக்குப் பத்து கோடி டன்னாக உயர்ந்துள்ளது. விளை மண்ணோடு நிலக்கரி சாம்பலை கலப்பதன் மூலம் வேளாண் உற்பத்தியை பெருமளவில் பெருக்க முடியும்.

ஆயத்த ஆடை ஏற்றுமதியை மூன்று மடங்காக உயர்த்துவதன் மூலம் 50 லட்சம் நேரடி வேலைவாய்ப்புகளும், 70 லட்சம் மறைமுக வேலை வாய்ப்புகளும் உருவாக்கப்படும். சிறு தொழில் துறையில் ஊக்கத்துடன் இளைஞர்களை ஈடுபடச் செய்யும் வகையில் மாணவர்கள் மத்தியில் தொழில்

முனைவையும் மேம்படுத்த கல்வி கட்டமைப்பு தீவிர முயற்சி எடுத்தல், கிராமப் பகுதிகளில் நகர்ப்புற வசதிகளை உருவாக்க கரிம வளர்ச்சிக்கென இயக்கத்தை ஏற்படுத்துதல், கிராமப்புற தொழில் முனைவுகளுக்கும், வேளாண்மை சார்ந்த முயற்சிகளுக்கும் சிக்கலற்ற முறையில் வங்கிக் கடன்களை அளிக்க வேண்டும். வேலைவாய்ப்பு மிக்க சிறு தொழில் துறையில் தொழில் நுட்ப மேம்பாடு அடையச் செய்தல், நாட்டின் அனைத்துக் கிராமங்களுக்கும், பத்திரிக்கைகள் உள்ளிட்ட ஊடகங்களை எட்டச் செய்ய வேண்டும். சுனாமியால் பாதிக்கப்பட்ட கடலோரப் பகுதிகளில் மீனவர்களுக்கான மீன் குளிர்சாதன சேமிப்புக் கிடங்கிகள், மீன் வளம் பதப்படுத்துதல், மற்றும் சந்தை மையங்கள், மீன்பிடிப் படகுகள் மற்றும் வலைகள், பராமரிப்பு மையங்கள், பள்ளிகள், மருத்துவமனைகள், நீர் ஆதாரங்கள், சிறு தொழில் நிறுவனங்கள் அடங்கிய கட்டமைப்பை உருவாக்க வேண்டும். தங்கள் இல்லங்களையும், சுற்றுப்புறங்களையும் தூய்மையாகப் பராமரித்து தங்கள் பணிகளிலும், கல்வியிலும், உயர்நிலை பெறும் வகையில் இளைஞர்கள் இயக்கம் ஒன்றைத் துவக்குதல் வேண்டும். சட்டமன்றச் செயல்பாடு, தூய்மையான முன்னேற்றகரமான நிர்வாகம், விரைவான நீதி வழங்குதல் ஆகியவற்றில் நாட்டிற்கு வழிகாட்டியாக நாடாளுமன்ற அமைப்பு திகழ வேண்டும்.

நாட்டின் 56வது குடியரசு நாளில் பொருளாதார வளத்திற்கு வழி வகுக்கும் வகையில் அனைவருக்கும் வேலை வாய்ப்பை வழங்கும் நாடாகவும், உயர் குணம் செறிந்த பராம்பரிய கலாசார பெருமைமிக்க நாடகவும்.

இந்தியாவை உருவாக்க அனைவரும் உறுதி கொள்ள வேண்டும்.

இவ்வாறு கலாம் தனது உரையில் குறிப்பிட்டுள்ளார்.

வீட்டில் ஒற்றுமை இருந்தால் நாட்டில் ஒற்றுமை இருக்கும். நாட்டில் ஒற்றுமை இருந்தால் உலகில் அமைதி நிலவும். ஜனாதிபதியாக இருந்த அப்துல் கலாம் அவர்கள் கூறிய கருத்துக்களின் படி நடந்தால் நமது நாடு முன்னேற்றப்பாதைக்கு விரைவில் சென்றடையும். கலாம் அவர்கள் உண்மைக்கும், நேர்மைக்கும் சிறந்த எடுத்துக்காட்டாக விளங்கியவர் என்பது அவரது செயலிலே தெரிந்தது. குடியரசுத்தலைவராகப் பதவி ஏற்று குடியரசுத் தலைவர் மாளிகைக்கு வரும் போது இரண்டு பெட்டிகளுடன் வந்தார். ஐந்து ஆண்டுகளுக்குப் (20022007) பின் அதே இரண்டு பெட்டிகளுடன் வெளியேறிய குடியரசுத்தலைவர் கலாம் என்ற பெருமைக்குரியவர்.

ஐரோப்பிய நாடாளுமன்றத்தில் முதன்முதலில் உரையாற்றிய குடியரசுத்தலைவர் கலாம் ஆவார். அவர் நாட்டையும், நாட்டு மக்களையும் மட்டுமே நேசித்தார். மாணவர்கள் தான் வருங்கால இந்தியாவை உருவாக்குபவர்கள் என மாணவர்களுக்கு அதிக முக்கியத்துவம் கொடுத்து அவர்களின் அறிவைப் பெருக்கினார். 2 கோடி மாணவர்களைச் சந்தித்த முதல் குடியரசுத் தலைவரும் இவரே ஆவார். கலாமின் அறிவுரைப்படி நடந்து நாமும் நாட்டை வளர்ச்சியடையச் செய்ய வேண்டும்.

●●●

5. மாணவர்களுடன் கலாம்

மாணவர்களிடம் லட்சியத்தை வளர்த்தால் நல்ல எண்ணம் உருவாகும். நல்ல எண்ணம் இருந்தால் நன்றாக உழைப்பு வரும். நல்ல உழைப்பு இருந்தால் நல்ல முன்னேற்றம் நமது நாட்டிற்கும், வீட்டிற்கும் வரும். அதனால் மாணவர்கள் மற்றும் மாணவியர்களை தங்களுக்கென்று இலட்சியத்தை வகுத்துக் கொண்டு அந்த இலட்சியத்தைச் சுற்றிச்சுற்றியே அவர்களின் எண்ணம் சென்று கொண்டிருக்க வேண்டும்.

அந்த லட்சியத்தை வென்று அடைய அவர்கள் திட்டமிட்டு உழைக்க வேண்டும். இளைஞர்களின் தேவைகள், உரிமைகள், எதிர் பார்ப்புகள் உள்ளடக்கிய முன்னேற்றம் செயல்களை மையமாகக் கொண்டவைகளுக்கு முன்னுரிமை அளிக்க வேண்டும். ஒவ்வொரு மாணவனுக்குள்ளும் ஒரு ஆற்றல் இருப்பதைக்

கண்டு ஆசிரியர்கள் அந்த மாணவனுக்கு ஊக்கம் தந்து வெளி உலகத்துக்கு அவனைத் தெரியபடுத்த வேண்டும். மாணவர்கள் நேர்மையான வாழ்க்கையை வாழ்ந்து மற்றவர்களுக்கு எடுத்துக்காட்டாகவிருக்கும் வகையில் வாழ வேண்டும்.

மாணவர்கள் அனைவரும் ஒரு லட்சியத்தை அடையும்படியான வாழ்க்கையும், ஒற்றுமையுடன் கூடிய சாதி சமயப் பேதமின்றியும் வாழ வேண்டும். ஒன்றே குலம் ஒருவனே தேவன் என்று செயல்பட வேண்டும் என்று மாணவ மாணவியரை நல்வழிப்படுத்த பல பொன்மொழிகளைக் கூறினார் கலாம்.

அப்துல் கலாம் அவர்கள் மாணவர்களை சமூகத்தை மீட்டெடுத்த கடும் உழைப்பாளி ஆவார். வகுப்பறைகளில் மாணவர்கள் அமைதியாக விரதம் இருப்பதை தடுத்து அவர்களின் மனக்கதவைத் திறந்து வைத்தவர். உறக்கத்தைக் கலைத்துக் கனவு காணச் சொன்ன தீர்க்கதரிசி. இந்திய எழுத்தறிவு இயக்கத்தின் ஆணிவேர். இந்திய மாணவர்களின் கலங்கரை விளக்கு, மாணவச் சமூகத்துக்கு அறிவுரைகளை ஏட்டினில் எழுதிக் கொடுக்காமல் இதயங்களில் கல்வெட்டாகப் பதிக்க முயற்சி செய்தவர். மாணவர்களின் இருளடைந்த பக்கங்களை ஒளிரச் செய்தவர். கலாமின் சிந்தனையால் மாணவர்கள் நட்சத்திரங்களாக ஜொலித்தனர். மாணவர்களை கரும்பலகையைக் காதலிக்கச் சொன்னவர். கருத்துக்களை கேள்விக்கணையால் வெளிக் கொண்டு வந்தவர். வினாக்கள் கேட்டு விடைகளைப் பெற்ற கேள்விகளின் நாயகன்.

கண்களில் புன்னகையுடனும், உள்ளத்தில்

கனவுகளுடனும் இதயக்கூட்டைத் திறந்து கனவு காணச் சொன்னவர். பசுமரத்தாணிப் போல மாணவர்களின் உள்ளத்தில் நம்பிக்கை விதையை நட்ட நாயகன். இந்தியா முழுவதும் சுற்றுப்பயணம் மேற்கொண்டு இரண்டு கோடி மாணவர்களை சந்தித்த முதல் குடியரசுத்தலைவர் அப்துல் கலாம். அதனால் இந்திய மக்கள் அவரை மட்டும் மாணவர்களின் குடியரசுத்தலைவர் என்றழைத்தனர். மாணவச் சமூகத்தைக் கடிதங்கள், தொலை தொடர்பு ஊடகங்கள் மூலமும் சந்தித்து உரையாடியதோடு அவர்களின் கேள்விக்கான பதிலையும் அளித்தவர். மாணவர்கள் முதலில் தங்கள் படிப்பில் சிறந்து விளங்க வேண்டும். தேசத்தின் வளர்ச்சிக்கு அவர்களது முதலாவது பங்களிப்பாகும். கல்வி மாணவர்களுக்கு புலனாய்வுப் படைப்பாகத் திறன், தொழில்நுட்பத் திறன், தொழிலில் முனைப்புக் காட்டும் திறன், தார்மீகத் தலைமைத்துவத்திறன் ஆகிய ஐந்து திறன்களையும் மாணவர்களின் மனதில் பதிய வைக்கிற முறை நமக்கு வேண்டும்.

நமது மாணவர்கள் அனைவரிடமும் ஐந்து திறன்களை வளர்க்க வேண்டும். அவை தன்னை இயக்கிக்கொள்கின்ற, தன்னைக் கட்டுப்படுத்திக் கொள்கின்ற, வாழ்நாள் எல்லாம் கற்றுக் கொள்கின்ற

நிகர் நிலைக் கல்வியறிவாளரை நாம் உருவாக்க முடியும். அத்தகைய மாணவர் அதிகாரத்தில் இருப்பதை மதிக்கத் தெரிந்தவராகவும், தக்க முறையில் அதிகாரத்தில் இருப்பவர்களை நோக்கி கேள்வி கேட்கத் தெரிந்தவராகவும் இருப்பார்கள். இத்தகைய திறமை கொண்ட தலைவர்கள் 'சுய ஒழுங்கமைந்த வலைப்பனியன் மூலம் ஒன்று சேர்ந்து பாடுபட வேண்டும். அதன் மூலம் குறிப்பிட்டக் காலத்திற்குள் இந்தியாவை வளர்ச்சி அடைந்த தேசமாக மாற்ற வேண்டும்.

கற்றுத் தருவதற்குத் தேவையான அறிவாற்றலைக் கொண்டவராக ஆசிரியர் இருக்க வேண்டும். ஆசிரியர்களிடம் சுயமதிப்பும், மரியாதையும், மேலோங்கி இருக்க வேண்டும். ஆசிரியர்கள் குழந்தைகளாலும், சிறுவர்களாலும் பின்பற்றத் தக்கவர்களாக இருக்க வேண்டும். அவர்களது செயல்பாடுகளின் அடிப்படையில் அவர்களை ஊக்கப் படுத்த வேண்டும். ஆசிரியர்கள் தங்களது கல்வித்திட்டத்தினை தொலைக்காட்சி மூலம் செயல்படுத்துவதினால் ஆசிரியர்களின் போட்டித்திறமை வளரும்.

தொலைக்காட்சிக் கல்வி நிகழ்ச்சிகளைக் காலத்துக்கு ஏற்றவையாகத் தொடர்ந்து மாற்றி அமைத்து வர வேண்டும். கல்வி நிலையங்கள் மற்றும் அரசாங்கத்தின் கூட்டு அமைப்பின் மூலம் இத்திட்டத்திற்கு நிதி உதவி தந்து நடைமுறைப்படுத்த வேண்டும். மதிப்புக் கூட்டு சேவைகளை கார்ப்பரேட் துறை வழங்கும். ஒவ்வொரு பள்ளியிலும் நல்ல கட்டட வசதி, காற்றோட்ட வசதி, மின்விளக்கு வசதி இருக்க வேண்டியது அவசர

அவசியமாகும். பள்ளிக்கூட அறை காற்றோட்டமாகவும், இடவசதி மிகுந்ததாகவும் இருக்க வேண்டும். பள்ளிக்கூடத்தில் நூலகமும், சோதனைக் கூடங்களும், நவீன தகவல் தொடர்பு தொழில் நுட்பவியல் கருவி ஆகும்.

கட்டமைப்பு வசதிகளும், பாதுகாப்பான குடிநீரும், தூய்மையான கழிப்பிட வசதிகளும், விளையாடுமிடமும் இருக்க வேண்டும். நம்முடைய மொத்த தேசிய உற்பத்தியில் கூடுதலாக 2 அல்லது 3 சதவீதம் வளர்ச்சி ஏற்பட்டாலே இதை நாம் செய்துவிட முடியும். இதையெல்லாம் செய்வதன் மூலம் மாணவர்களின் கல்வி வளர்ச்சி நிலையை அடையும்.

கலாம் அவர்கள் மாணவர்களைச் சந்திப்பதும், அவர்களிடம் உரையாடுவதும், அவர்களுக்கு நல்ல கருத்துக்களைக் கூறுவதும் அவர்களின் வழக்கமாயிருந்தது. கலாம் அவர்கள் ஜனாதிபதியாக இருந்த போது நாடு முழுவதும் பயணம் செய்து பள்ளி மாணவர்களுக்குத் தனது பத்து அம்சத் திட்டத்தை அறிவுறுத்தி வந்தார். இதன் ஒரு பகுதியாக ஆந்திர மாநிலம் விஜயவாடாவில் 112 நகராட்சிப் பள்ளி மாணவர்கள் சுமார் 1500 பேரை 90 நிமிடங்களுக்கு கலாம் சந்தித்துப் பேசுவதாக இருந்தது. ஆனால் இதற்கிடையே லோக்சபா தேர்தல் தேதி அறிவிப்புகள் வெளியான நிலையில் கலாமின் பயணம் ஒத்தி வைக்கப்பட்டது. பள்ளிக்கு குழந்தைகளைச் சந்திக்க வரமுடியாத நிலையை விளக்கி கலாம் மாணவர்களுக்கு ஒரு கடிதம் எழுதினார். அக்கடிதம் விஜயவாடா பத்திரிக்கையாளர்களிடம் அளிக்கப்பட்டது.

அக்கடிதத்தில் சந்திப்பு ஒத்திவைக்கப்பட்டதிற்கு மன்னிப்புக் கோருகிறேன்". தேர்வில் வெற்றி பெற வாழ்த்துக்கள். மே அல்லது ஜூன் மாதம் சந்திக்கிறேன் என்று கலாம் கூறியுள்ளார் கலாம். கலாம் அவர்கள் மாணவர்களை நேசித்தது, அவர்களை மதித்து கடிதம் எழுதியது எல்லாம் மாணவர்களின் மேல் கொண்ட அன்பினால் ஆகும்.

ஜனாதிபதி அப்துல்கலாம் அவர்களுக்கு மாணவர்கள், இளைஞர்கள் என்றால் கொள்ளைப் பிரியம். நாட்டின் பல்வேறு பகுதிகளுக்கு அவர் செல்லும் போதெல்லாம் மாணவர்களோடு கலந்துரையாட விரும்புவார். மாணவர்களின் அறிவை வளர்க்கின்ற விதத்தில் பல்வேறு கேள்விகளைக் கேட்பார். மாணவர்கள் அவரிடம் பல கேள்விகளைக் கேட்பார்கள். மாணவர்கள் ஒருமுறை கலாமிடம் தீவிரவாதத்தை ஒழிப்பதில் மாணவர்கள் பங்குபெற முடியுமா..? எனக் கேள்வி கேட்டனர். அதற்கு கலாம் அவர்கள் பதில் அளித்தார்.

மாணவர்களுக்கு 3 அம்ச லட்சியம் வேண்டும். முதல் அம்சம் நன்றாகப் படிக்க வேண்டும். படிக்கும் போதே ஒரு குறிக்கோள் கொண்டிருக்க வேண்டும். அதை அடைய கடுமையாக உழைக்க வேண்டும். இரண்டாவது எழுதப்படிக்கத் தெரியாத 5 பேருக்கு எழுதப்படிக்க கற்றுத்தர வேண்டும். மூன்றாவது 5 மரக்கன்றுகளை நட்டு மரமாக வளரும் வரை பேணிப்பாதுகாக்க வேண்டும். அனைத்து மாணவர்களும் இவற்றைச் செய்தால் தேச வளர்ச்சிக்கு இவை உதவும் வன்முறை பரவுவதை இது தடுக்கும்.

மற்றும் ஒரு மாணவன் நான் ஜனாதிபதியாக

விரும்புகிறேன். அதற்கு நான் செய்ய வேண்டும் என்று கேட்டான். அதற்கு கலாம் அவர்கள் உனக்கு நல்ல கனவு இருக்கிறது. நீ எந்தத் துறையில் ஈடுபட்டாலும் அதில் 100 சதவீத உழைப்பு வேண்டும். இடையில் ஏற்படும் தோல்விகளைக் கண்டு துவண்டு விடக்கூடாது. வெற்றிக்காகத் தொடர்ந்து பாடுபட வேண்டும். கடவுள் துணையாக இருப்பார். இவ்வாறு கலாம் அவர்கள் மாணவர்களோடு உரையாடி அவர்களுக்கு அறிவினைப் புகட்டுவார்.

மாணவ–மாணவியருக்கு மாண்புறும் பத்துக் கட்டளைகளை இட்டு வாழ்நாள் முழுவதும் அதனைக் கடைப்பிடிக்கச் சொன்னார். மாணவர்களுக்கான 10 அம்ச உறுதிமொழிகளை 2004ஆம் ஆண்டின் குடியரசுத் தினத்தன்று இந்த உறுதிமொழி வெளியிடப்பட்டது.

1. நான் நன்றாக உழைத்து, படித்து கல்வியில் சிறப்பெய்துவேன்.

2. நான் இப்பொழுதிலிருந்தே குறைந்தது 10 நபர்களையாவது எழுத்தறிவு பெற்றவர்களாக்குவேன்.

3. நான் குறைந்தது 10 மரக்கன்றுகளையாவது நட்டு அவற்றை நன்கு கவனித்து மரங்களாக வளர்ப்பேன்.

4. நான் நகர்ப்புறங்களிலும், கிராமப் பகுதிகளுக்கும் சென்று போதை மற்றும் சூதாட்டப் பழக்கத்திற்கு ஆளான 5 நபர்களையேனும் அதிலிருந்து விடுபடச் செய்வேன்.

5. என் நாட்டுச் சகோதரர்களின் துன்பங்களிலிருந்து

அவர்களை விடுவிக்க தொடர்ந்து முயல்வேன்.

6. எந்தவிதமான மத, சாதீய மற்றும் மொழி சம்பந்தமான பிரிவினை சக்திகளுக்கு என்றும் ஆதரவளிக்க மாட்டேன்.

7. நான் மிகவும் நேர்மையாக வாழ்ந்து, ஊழலற்ற சமுதாயம் மலர உழைப்பேன்.

8. நான் அறிவு பொருந்திய தெளிவான எண்ணங்களுடனான குடிமகனாக உருவாவதற்காக கடுமையாக உழைப்பேன். எனது குடும்பத்தை நல்லதொரு குடும்பமாக்க உழைப்பேன்.

9. மன நோயாலும், பிற ஊனங்களாலும் துயருறும் சகோதர, சகோதரிகளுக்கு நான் மிகுந்த நட்புடன் விளங்கி நம்மைப் போன்றே அவர்கள் உணரும்படி கடினமாகச் செயல்படுவேன்.

10. எனது நாடு மற்றும் மக்களின் வெற்றிகளை நான் பெருமையுடன் கொண்டாடுவேன்.

இவ்வாறு மாணவர்களுக்கு அறிவையும், சமூக சேவையையும், ஒற்றுமையையும் வளர்க்கக் கூடிய பத்துக்கட்டளைகளை வழங்கியமைக்காக மாண்புறும் மாணவ சமூகம் பாரத ரத்னா டாக்டர் அப்துல் கலாமை

A - Aero nauticcal Department

P - Proudly and

J . Justifiably

A - Admires of

B - Brilliant

D - Delicated and

U- Unstinted

L - Leadership of

K - Kalam

A- Adjudged as the

L - Laurels Winning

A - Alumini of the

M - M.I.T.

என்று மதிப்போடு அழைக்கிறது. மாணவச் சமூகத்தைப் பார்த்து ''நன்கு கற்றால் படைப்பாற்றல் வரும். படைப்பாற்றல் நற் சிந்தனைக்கு வழிவகுக்கும். நற்சிந்தனை அறிவை வளர்க்கும். அறிவு உன்னை மா மனிதனாக்கும்' என்று அறிவுரை கூறினார். நாட்டுத் தலைவர்களை வெளியே தேடாதீர்கள். உங்களுக்குள்ளே தலைவன் இருக்கிறான். நான் உனக்குத் தலைமை தாங்கமாட்டேன். உன் பின்னால் வரவும் மாட்டேன் ஆனால் உன்னோடு நான் நடந்து வருகிறேன். நீ என்னோடு சேர்ந்து நட, உனது தலைமைப் பண்பு இந்தத் தேசத்தை மாற்றட்டும். என்ற நம்பிக்கையை மாணவர்களுக்கு மத்தியில் விதைத்தார்.

இந்தியாவின் எல்லாப் பகுதிகளுக்கும் சென்று பலதரப்பட்ட மக்களையும் சந்தித்து கலந்துரையாடினார். குழந்தைகளுடன் அவர் கலந்துறவாடியது மிகவும் அறிவூட்டக் கூடியதாகவும், மனதைத் தொடக் கூடியதாகவும் இருந்தது. விஞ்ஞானியாக மட்டுமல்லாமல் இந்திய ஜனாதிபதியாகவும் அவர் இருந்ததால் அவர் மக்களுடன் கலந்துரையாடியது முக்கியமானதாக இருந்தது. பள்ளிக் குழந்தைகளும், இளைஞர்களும்

அவரது இணையதளம் மூலமாக கலந்துரையாடினர். அவர்கள் இந்தியாவை சிறந்த வளர்ந்த நாடாக மாற்றுவதற்கு பல ஆலோசனைகளைப் பகிர்ந்து கொண்டார்கள்.

மேகாலயாவைச் சேர்ந்த மாணவர் ஒருவர் கூறினார். "அய்யா குழந்தைகளை இந்தியத் திருநாட்டின் சிறந்த குடிமகன்களாக உருவாக்கும் ஆசிரியராக விரும்புகிறேன், அல்லது என் தேசத்தைப் பாதுகாக்கும் ராணுவ வீரனாக விரும்புகிறேன். பாண்டிச்சேரியைச் சேர்ந்த ஒரு மாணவி கூறினார் "ஒரு நாறினைக் கொண்டு பல வித மலர்களுடன் ஒரு பூமாலை உருவாகிறது. அது போலவே என் நாட்டின் அனைத்துத் தர மனிதர்களையும் நாட்டின் மீது பற்றுக் கொள்ளவும், பிரியங்கொள்ளவும் அனைவரும் ஒரு பூமாலைப் போல என்று எண்ணங்கொண்டு ஒற்றுமையாக விளங்கி வளர்ச்சி அடைந்த இந்தியாவாக எண்ணும்படி உழைப்பேன்" என்றார். கலாம் அனைவரையும் கனவு காணுங்கள் என்றார். அவற்றை எண்ணங்களாக மாற்றுங்கள். எண்ணங்களுக்கு செயல்வடிவம் கொடுங்கள். நினைத்ததைச் சாதியுங்கள் என்றார்.

இளைய மனங்களில் மிக உயர்ந்த எண்ணங்கள் இருப்பதைக் கண்டார். இந்தியாவில் அத்தகைய 700 மில்லியன் இளைஞர்கள் உள்ளனர். கல்வி முறைக்கு கலாம் மிகுந்த முக்கியத்துவம் அளித்தார். கல்வி முறையில் மிக சிறந்தனவற்றை இளையமனங்களில் கொண்டு வரவேண்டும் என்பது கலாமின் கருத்தாகும். வளர்ந்து அதிகரித்து வரும் சவால்களை எதிர்நோக்கும் விதமாக கல்விமுறை இருக்க வேண்டும் என கலாம் கூறினார்.

குழந்தைகளுடனான முதல் சந்திப்பு திரிபுராவில் நடந்தது. அந் நிகழ்ச்சியில் இந்தியா வளர்ச்சி பெற்ற நாடாக மாற்றுவது குறித்து கலாம் பேசினார். நமது முன்மாதிரியை எங்கு பெறலாம் என ஒரு குழந்தை கேட்டதற்கு சிறந்த முன்மாதிரி உங்கள் பெற்றோரும், ஆசிரியரும் தான் என்றார். ஒரு மாணவி தீவிரவாதிகளைப் பற்றி கேட்ட போது, அவர் கூறிய பதில் மிக ஆழமான, அறிவுப்பூர்வமான ஒன்றாக இருந்தது. அவர் கூறினார். "தீவிரவாதிகளும் நம் மக்களே. சில நேரங்களில் அரசியல் பொருளாதாரக் காரணங்களாலும் வேலையில்லாத் திண்டாட்டத்தினாலும் நாமே அவர்களை உருவாக்கி விடுகிறோம். அவர்கள் மூடப்பற்றுகளினாலோ, சில சமயம் நமது எதிரி நாடுகளின் உதவியுடனோ நம் நாட்டின் அமைதியைக் குலைப்பவர்களாக உள்ளனர்.

ஒரு முறை கலாம் அவர்கள் தமிழ்நாட்டின் திண்டுக்கல்லிலிருந்த புனிதமேரி பள்ளியில் மாணவர்களிடையே பேசினார். அப்போது ஒரு மாணவர் கேட்டார். "எப்போதும் கனவு காணவே சொல்கிறீர்கள், ஏன் கனவு காண வேண்டும்", கலாம் கூறினார். கனவு காணுங்கள் அவை எண்ணங்களாகவும், பின்னர் செயல்களாகவும் வடிவம் பெறும் கனவுகள் இல்லையெனில் புரட்சிகரமான சிந்தனைகள் இல்லை, எண்ணங்கள் இல்லை எனில், செயல்கள் இல்லை. பெற்றோர்களும் ஆசிரியர்களும் தங்கள் குழந்தைகளைக் கனவு காண அனுமதிக்க வேண்டும். தடைகளும், தாமதங்களும் இருந்த போதும் கனவுகளின் விளைவு வெற்றிதான். நாம் காணும் கனவு தனது வாழ்க்கைத் தரத்தை உயர்த்துவதாகவும் இருக்க வேண்டும். தான்

கற்கும் கல்வியைக் குறித்தும், பொருளாதாரத்தில் நாட்டை முன்னேற்றுவதைக் குறித்ததாக வேண்டும்.

ஒரு முறை அசாமின் தேஜ்பூர் யூனியன் சிட்டியின் ஆண்டு பட்டமளிப்பு விழாவில் பங்கேற்கவும், தனக்களிக்கப்பட்ட கௌரவ டாக்டர் பட்டத்தினைப் பெறவும் அவர் சென்றார். அங்கு ஒரு பெரும் இளைஞர் கூட்டம் கூடியிருந்தது. பட்டமளித்து முடிந்ததும் கலாம் அவர்கள் 'சளைக்காத தீரம்' என்ற தலைப்பில் உரையாற்றினார். இளைஞர்களிடமிருந்து இரண்டு கேள்விகள் வந்தன. பிரம்மா புத்திரா நதியில் ஏற்படும் வெள்ளப்பெருக்கை ஏன் நீரின்றி வாடும் ராஜஸ்தானுக்கோ அல்லது தமிழ்நாட்டிற்கோ திருப்பி விட முடிவதில்லை?' என்பது அவற்றுள் ஒன்று.

இந்தக் கேள்வி கடினமானது தான். ஏனென்றால் இது மாநிலங்கள் சம்பந்தப்பட்டது. இருந்த போதும் கலாம் கூறினார். "2020ஆம் ஆண்டு இளைஞர்களிடமிருந்து உள்நாட்டு நதிகளை இணைக்கும் பெருந்திட்டத்தைத் தொடங்க வேண்டும் என இளைஞர்களான உங்களிடம் எதிர்பார்க்கிறது. ஏனெனில் இளைய சமுதாயமே மிக உயர்ந்த சக்தி பெற்றதென கலாம் கருதினார்.

இரண்டாவது கேள்வி, "அய்யா எந்தத் தலைவர்களும் எங்களைச் சந்திக்க வருவதில்லை. நமது பிரதமர் லக்னோ, சென்னை போன்ற பல பகுதிகளுக்கும் சென்ற போதும் எங்கள் அசாமுக்கு வருவதேயில்லை ஏன்? அவர் சொன்னார். "உங்களின் கனவுகளின் எண்ணங்களை நான் அவரிடம் தெரிவிக்கிறேன். அவை உண்மையாக மாறும்" என்றார். பொக்காரோவில் உள்ள ராமகிருஷ்ணா உயர் நிலைப்பள்ளியில் 3000

மாணவர்கள் கலந்து கொண்ட நிகழ்ச்சியில் அவர் ஒருமுறை பங்கேற்றார். பள்ளி மாணவர்களால் உருவான ஓவியங்களையும், பொம்மைகளையும் அவர் பார்வையிட்டார்.

ஒரு மாணவர் அவரிடம் கேட்டார். "அய்யா தாஷ்கண்ட் நகரம் எங்கும் பசுமை நிறைந்ததாக உள்ளது. நாம் வளங்களையும், மலைகளையும், நீருற்றுகளையும் பெற்றிருக்கிறோம். ஆனால் ஏன் ராஜஸ்தானில் பாலைவனம் உள்ளது. அவர் சொன்னார். "அக்னியை ஏவும்படிக்கு எந்த நாடும் நமக்கு பகைநாடு அல்ல. மேலும் அமெரிக்கா நமது நட்பு நாடு. அக்னி தமது வலிமையைப் பறைசாற்றும் ஒன்றுதான். இந்தியாவால் அனைத்தும் முடியும் என்ற சக்தியை அது காண்பிக்கிறது. டாக்டர் கலாம் விஞ்ஞானியாகவும், இந்திய ஜனாதிபதியாகவும் 50000 மாணவர்களைச் சந்தித்திருக்கிறார். இத்தகைய பொறுமை நம்மில் இல்லை.

கலாம் மிக உன்னதமானவர் அவர் கலந்துரையாடிய வகையில் எந்த மாணவரையும் ஏமாற்றமடையச் செய்ததில்லை. இந்திய தேசத்தின் மீது மிகுந்த மரியாதையும், கௌரவமும், பெருமையும் கொண்டு வாழும்படி இளைஞர்களை அவர் கேட்டுக் கொண்டார். அவர் இளைஞர்களிடம் நண்பர்களே, நமது சமூகத்தில் மிகைப்படுத்தப்பட்டு நம்மில் குழப்பங்கள் உள்ளதாகக் கேள்விப்படும் போது பல்வேறு மதங்களுடனான, மொழிகளுடனான ஒரு கோடி மக்கள்தொகையைக் கொண்டது நம் தேசம் என நினைவில் கொள்ளுங்கள்."

பூமியில் நாமே மாபெரும் ஜனநாயக நாடு. நமக்கிருக்கும் தனித்த அனுபவங்கள் எந்த நாட்டுக்கும் கிடையாது. அனுபவங்களே அமைதிக்கு மூலம். இதனை எங்கும் பரப்புங்கள் என்றார். தோல்வி மனப்பான்மை ஏற்படும் போது உங்கள் இளைய மனங்களைத் தட்டி எழுப்புங்கள். ஏனெனில் நீங்கள் இந்த மாபெரும் தேசத்தில் இருக்கிறீர்கள். நாம் உணவு உற்பத்தியில் தன்னிறைவு பெற்றவர்கள், நாம் நமது சொந்தத் தகவல் தொழில்நுட்ப செயற்கைக் கோள்களைப் பெற்று இருக்கிறோம். இந்தியா அணு ஆயுதங்களையும், ஏவுகணைகளையும் பெற்ற நாடாக ஆன போது வளர்ந்த நாடுகள் இந்தியாவின் மீது பொருளாதாரத் தடைகள் விதித்தன. அதனை நாம் எதிர் கொண்டு நமது விவசாயம், தொழில் நுட்பம், வளமைமிக்க தொழிற்சாலைகள் மற்றும் எல்லாவற்றுக்கும் மேலாக மனோதைரியம் மிக்க மக்கள் இவைகளைக் கொண்டு நிலைத்து நின்றோம். இந்த வலிமையான வேகம் நிறைந்த குணத்தை எப்போதும் இழந்து விடாதீர்கள் என்றார்.

சர்வதேச அளவில் பிரசித்திபெற்ற விஞ்ஞானிகள் என சர்.சி.வி.ராமன் (இயற்பியலில் நோபல் பரிசு), ஜெகதீஷ் சந்திர போஸ் (உயிரியல்), சீனுவாச ராமானுஜம் (கணிதவியல், மெக்னட் சாஹா (புள்ளியியல்), பேரா.S.சந்திரபோஸ் (இயற்பியலில் நோபல் பரிசு) இவர்களைக் குறிப்பிடுகிறார்.

நாட்டின் வளம் என்பது குழந்தைகள் தான். அவர்களின் வளர்ச்சியில் தான் நாட்டின் வளர்ச்சி அடங்கியிருக்கிறது. கலாம் அவர்கள் தனது

உரையில் தற்போதைய சூழ்நிலையில் அமைதியை நிலைநாட்டுவது குழப்பங்களாலும், வெறுப்புகளாலும் சீர் குலைந்துள்ளது. இது உடனே அனைவரும் கவனம் கொள்ள வேண்டிய ஒன்று. எனவே இந்தியாவின் அண்டை நாடுகள் இந்தியாவின் வலிமையைப் புரிந்து கொள்ள வேண்டும். அவர்கள் பங்களிக்க முடியும் என புரிந்து கொள்ள வேண்டும். அப்போது மட்டுமே மக்கள் அமைதியின்மை குறைந்து தீவிரவாதம் ஒழியும்.

மாணவர்கள் உங்கள் உள் மூலதாரங்களை உங்கள் வாழ்க்கையில் முதலீடு செய்ய குறிப்பாக உங்கள் கற்பனைகளைப் பயன்படுத்தும் உங்கள் விருப்பங்களே வெற்றியைத் தரும். உங்கள் விருப்பங்கள் உங்களையும், நாட்டையும் உயர்த்துவதாக அமைய வேண்டும். உங்களது சொந்த தனிப்பட்ட நிலையில் நீங்கள் உங்கள் செயல்களைச் செய்யும் போது குறிப்பிடத்தகுந்த மனிதராகி விடுகிறீர்கள். உங்கள் பாதச்சுவடுகளை விட்டுச் செல்ல எண்ணினால் காலத்தின் மணல் வெளிகளில் உங்கள் கால்களை இறக்காதீர்கள்.

சரியான கல்வி முறை இளைஞர்களிடையில் கவுரமான உணர்வுகளையும், சுயமரியாதையையும், நல்ல அறிவையும், உலகளாவிய எண்ணங்களையும் கொடுக்கும். அவை நாட்டை முன்னேற்றப் பாதையில் கொண்டு செல்ல வழிவகுக்கும்.

இவ்வாறு மாணவர்கள் வளர்ச்சிக்கு கலாம் அவர்கள் அயராது உழைத்தார்கள்.

●●●

6. தொழில் துறைகளில் கலாம்

இந்தப் பூமியில் பூமிக்கு மேலே பூமிக்குள்ளே என எல்லா வளங்களையும் விட சக்தி மிகுந்தது மனித மூளையாகும். நமது நாட்டு மக்களின் வாழ்க்கை முறையை உயர்த்த தொழில் நுட்பம் தான் கை கொடுக்கும், அதனைக் கருத்தில் கொண்டு செயல்பட வேண்டும். கடின உழைப்பும், விடா முயற்சியும் இருந்தால் பல சாதனைகளைப் படைக்க முடியும். முயன்றால் நட்சத்திரங்களையும் அடையலாம்.

நமது நாட்டில் உள்ள சிறு தொழிற்சாலைகளையும், மற்றும் பிற உற்பத்தி தொழிற்சாலைகளில் நாம் சிறந்த தொழில் நுட்பத்தைப் புகுத்த வேண்டும் அப்படிச் செய்வதினால் நாம் வளர்ந்த இந்தியாவைப் பார்க்க முடியும்.

என்ன வளம் இல்லை இந்தத் திருநாட்டில், ஏன்

கையை ஏந்த வேண்டும் வெளிநாட்டில் என்று கவிஞர் பாடினார். அதைப்போல் நம் நாட்டில் எல்லா வளங்களும் இருக்கிறது. அதை நாம் முறையாக பயன்படுத்தினால் நாம் எல்லாத் துறைகளிலும் முன்னேற முடியும். எல்லாத் துறைகளிலுமே விஞ் ஞானத்தை ஆக்கப்பூர்வமாகவும் பயன்படுத்தலாம். நவீன விஞ்ஞான மற்றும் தொழில்நுட்ப முறைகளிலும் ஒருங்கிணைக்கப்பட்டுள்ளன.

இரசாயன மற்றும் மருந்துப் பொருட்கள் தக்க பரிசோதனைகளுக்குப் பிறகே முறையான அங்கீகாரம் பெற்ற பின்பு புழக்கத்திற்குக் கொண்டு வரப்படுகின்றன. நவீன உயிரியல் தொழில் நுட்பத்தின் மூலம் வேதியியல் பொருட்களை சில வேதியல் முறைகளால் சுத்திகரித்து பாதுகாப்பானதாக ஆக்கமுடியும். ஒரு வேதியியல் அல்லது இரசாயனப் பொருள் என்பது ஒரு பொருளின் அணுக்களும், மூலக்கூறுகளும் எந்தச் சூழ்நிலையில் ஒன்றொடு ஒன்று வினைபுரிகின்றன.

மேலும் எந்தவொரு குறிப்பிட்ட முறையிலே அவற்றை இவ்வாறு மாற்றித் தயாரித்து உபயோகிப்பது எனலாம். ஆகவே வேதிப்பொருள் என்பது ஒரு பொருளைக் குறிக்கிறது. சில மூலிகைகள் சில வேதிப்பொருட்களுக்கு மாற்றுப் பொருளாக உதவுகின்றன. சில இரசாயனப் பூச்சிக் கொல்லிகளுக்குப் பதிலாக மூலிகைகளையோ அல்லது வேம்பு, புகையிலை போன்ற தாவர வகைகளையோ உபயோகப்படுத்தி பூச்சிகளைக் கட்டுப்பாட்டுக்குள் கொண்டு வர முடியும். வேறு சில இரசாயனப் பொருட்கள் மூலிகைகளிலிருந்தே வடித்தெடுக்கப்படுகின்றன. ஆகவே இந்தியாவின் மூலிகைச் செல்வமும், இரசாயனப் பொருட்களும்

ஒன்றோடு ஒன்று நெருங்கிய தொடர்பு கொண்டுள்ளது.

மூலிகைகளையும், பிற தாவரங்களையும் நவீன மருந்துகளாகவும், அழகு சாதனப் பொருட்களாகவும் மாற்ற விஞ்ஞானத் தொழில்நுட்ப அறிவும், புதிய முறை தயாரிப்பு உத்திகளும் தேவைப்படுகின்றன. ஆகவே கணினி மூலப் பொருட்களையும் ஏற்றுமதி செய்து அதைக் கொண்டு தயாரிக்கப்பட்ட பொருள்களை அதிகவிலை கொடுத்து இறக்குமதி செய்வதற்குப் பதிலாக நாமே புதிய தொழில் நுட்பங்களை வளர்த்துக் கொண்டு மதிப்புக் கூட்டப்பட்ட பொருட்களைத் தயாரித்து நமது தேவைகளை நிறைவு செய்து கொள்வதோடு ஏற்றுமதியும் செய்ய வேண்டும்.

சர்க்கரை தயாரிக்கும் தொழில்களில் தொடக்க காலங்களில் சர்க்கரை உற்பத்தியை அதிகப்படுத்துவது மட்டுமே குறிக்கோளாக இருந்தது. அதனால் அதில் உற்பத்தியாகும் பிற துணைப் பொருட்களில் கழிவுப்பாகு தவிர மற்றவற்றை உபயோகிக்காது ஒதுக்கி வந்தனர். கருப்பு நிறத்தில் திரவமாக வெளிப்பட்டு சாக்கடையில் கலந்து தித்திப்பு சுவையுடைய திரவம் இப்பொழுதெல்லாம் இனிப்பு கூட்டும் பொருளாகப் பல பொருட்களில் பயன்படுத்தப்படுகிறது. அதே போல வெறுமனே எரித்துச் சாம்பாலக்கப்பட்ட கரும்புச்சக்கை இப்பொழுதெல்லாம் பேப்பர் தயாரிப்பதற்கும், சர்க்கரை தயாரிப்பதற்கு துணையாகவும் மின்சாரம் தயாரிக்கவும்

பயன்படுத்தப்படுகிறது. இதேபோல ஏறக்குறைய ஒரு டஜனுக்கு மேலான பிற வேதிப் பொருட்களையும், சர்க்கரை ஆலைகளின் கழிவுப் பொருட்களிலிருந்து தயாரிக்க முடியும்.

இந்தியா துணி வகைகள் நெய்வதற்கென பாலியெஸ்டர் இழைகளை இறக்குமதி செய்து வந்தது. இந்த இழை சுத்திகரிக்கப்பட்ட டெரிப்தாலிக் அமிலத்திலிருந்து செய்யப்பட்டு வந்தது. இந்த அமிலம் பெட்ரோலியச் சுத்திகரிப்புத் தொழிற்சாலைகளில் வெளியேறும் ஒரு துணைப் பொருளாகும். இந்தியாவில் பல எண்ணெய்ச் சுத்திகரிப்புத் தொழிற்சாலைகள் அமைந்துள்ளதால் பாலியெஸ்டர் இழையை இந்தியாவிலேயே தயாரிக்க முடிகிறது.

அதேபோல எண்ணெய் சுத்திகரிப்புத் தொழிற்சாலை களிலிருந்து கிடைக்கும் பிற துணைப் பொருட்கள் பிளாஸ்டிக், நைலான், துணி தோய்க்க உதவும் சோப்புப் பவுடர் வகைகள் மற்றும் விவசாயத்திற் கான இரசாயனப் பொருட்கள் ஆகியவை ஆகும். இந்தியாவில் பெருமளவில் வேதிப் பொருட்கள் இன்றும் சிறுசிறு தொழிற்சாலைகளிலேயே உற்பத்திச் செய்யப்படுகின்றன.

நம் நாட்டில் இதுவரை வேதிப்பொருட்கள் தொழில்துறையில் பெரும்பாலான தொழில் நுட்பங்கள் இறக்குமதி செய்யப்பட்டவையே ஆகும். எனினும் வலுவான ஆராய்ச்சி மற்றும் மேம்பாட்டு முயற்சிகளாலும் பொறியியல் மற்றும் இயந்திரப் பொருட்கள் தயாரிக்கக் கூடிய திறத்தாலும் பெரும்பாலான இந்தத் தொழில் நுட்பங்களை ஜீரணித்து புதிய உள்ளூர் தொழில் நுட்பங்களைத் தயாரிக்கின்ற நிலைக்கு உயர்ந்து

உள்ளோம்.

ஆனால் 2020களில் நமக்குத் தேவையான வேதியியல் தொழில் நுட்பங்களை முழுக்க முழுக்க நாமே இந்தியாவிலேயே தயாரிக்கின்ற நிலை வர வேண்டும் என அப்துல்கலாம் கூறினார். தொழில்துறைகளில் இந்தியா வளர்ச்சி பெற்று வளர்ச்சியடைந்த நாடாக ஐக்கிய நாட்டு சபைகளில் இடம் பெற வேண்டும் என இந்திய நாட்டு மக்களுக்கு அறிவுரை கூறினார். இந்தியாவில் பழமையான தலைமுறை தலைமுறையாக நிலவி வரும் பழக்க வழக்கங்கள் மற்றும் புழக்கத்தில் இருக்கும் அறிவுக் களஞ்சியங்கள் போன்றவை ஏராளம்.

பழமையான நூல்களும், சுவடிகளும் ஏராளமான பழங்குடிகளின் பழக்க வழக்கங்களும் இவற்றிற்கு ஆதாரம் சமீபகாலமாகத்தான் இந்த அரிய பொக்கிஷங்களின் மதிப்பை உணர்ந்து இது குறித்து ஆராய்ச்சிகள் மேற்கொள்ளப்பட்டு வருகின்றன. தொன்றுதொட்டு வரும் மருத்துவச் சிகிச்சைகள் மற்றும் அதன் முறைகள், மூலிகைகள் மற்றும் உலோகவியல் பற்றிய ஏராளமான தகவல்கள் தற்போது தொகுக்கப்பட்டுள்ளன.

இந்தப் பழமையான அறிவுப் பொக்கிஷங்களைப் புதிய தொழில் நுட்பங்களின் துணைக் கொண்டு தற்கால வாழ்க்கை முறைகளுக்குத் தக்கவாறு தயாரித்துக் கொள்ள முடியும். இப்போது உலகமெங்கும் புதுயுக சிகிச்சை முறைகள் என்ற பெயரில் ஒரு புதிய இயக்கமே உருவாகியுள்ளது. இவையெல்லாம் பழைய பாட்டி வைத்திய சிகிச்சை போன்ற கை வைத்திய சிகிச்சைகளே! யோகா முறைகளும், ஆயுர் வேதமும் உலகமெங்கும் புகழ்பெற்று வருகின்றன. இதன் மூலம்

இந்தியா மூலிகைச் சிகிச்சைத் தொழில் துறைக்குத் தனது திறமையை உலகெங்கும் காட்ட ஒரு அற்புத வாய்ப்பு கிடைத்துள்ளது.

இந்தியாவிலேயே தயாரான சில ஆயுர்வேத மருந்துகள் இப்பொழுது உலகமெங்கும் விற்பனையாகின்றன. இவற்றுள் சில பிரபல மருந்துகளாகவும், டானிக்குகளாகவும் உபயோகத்தில் உள்ளன. உதாரணமாக ஹின்ஸ்ரா, காஸானி, அர்ஜுனா மற்றும் காக்கமாச்சி ஆகியவை மிகுந்த பயனுள்ள மருந்து வகைகளாகும்.

ஒரு நாட்டின் பொருளாதாரத்தை முன் வைத்துப் பார்த்தால் அந்நாட்டின் முக்கியமான வேதியியல் தொழில்கள் என்றால் அவை மின் மற்றும் எரிசக்தி தொடர்பான தொழில்களே ஆகும். பெட்ரோலியம் மற்றும் இயற்கை எரிவாயு போன்றவை இந்த முக்கியத் தொழில்களில் துணைப் பொருட்களாக வேறு சில முக்கியமான பொருட்களும் கிடைக்கின்றன. இவை கார் போன்ற வாகனங்களில் உராய்வைக் குறைக்கும் மெழுகு போன்ற பொருட்களாக பயன் படுத்துகின்றனர்.

இந்தியாவில் நிலத்தடியிலிருந்து கிடைக்கின்ற எரிவாயு குறைவான அளவிலேயே கிடைக்கிறது. ஆனால் நாம் எரிவாயு கிடைக்கும் இடத்தைக் கண்டுபிடித்து அதனை அகழ்ந்தெடுத்து உபயோகிப்பதில் நிபுணத்துவம் பெற்றுள்ளோம். ஆகவே நாம் கச்சா எண்ணெய், மற்றும் எரிவாயுவைக் கண்டுபிடித்துக் கொடுக்கும் பணிகளில் நாம் அயல்நாடுகளிலும் ஈடுபட்டுள்ளோம். ஏற்கனவே முயற்சிகள் ஸ்ரீலங்கா, ஈரான், சூடான் மற்றும் நார்வே போன்ற நாடுகளிலும் பரவியுள்ளன.

இந்தியாவில் மருந்துப் பொருட்களைத் தயாரிக்கும் தொழிற்சாலைகளும் பெருகியுள்ளன. நம் நாட்டில் உள்ள நவீன மருந்து தயாரிக்கும் தொழில்கள் ஏராளமானவர்களின் உயிர்களைக் காப்பாற்றியுள்ளது. தடுப்பூசிகளும், ஆண்டிபயோடிக்ஸ் மற்றும் பிற மருந்துப் பொருட்களும் தேவையானவர்களுக்குத் தேவையான அளவு கிடைக்க வேண்டும். ஆகவே இந்தத் துறை நம் நாட்டில் நன்கு வளர்ச்சியடைய வேண்டும். மருந்துப் பொருட்கள் அதிக விலையில்லாமல் எல்லோரும் வாங்கிப் பயனடையும் விதத்தில் கிடைக்க வேண்டும் என்று எல்லா முயற்சிகளும் மேற்கொள்ளப்பட்டன.

இன்று மேலை நாடுகளுக்கும் மருந்துப் பொருட்கள் ஏற்றுமதி செய்யக்கூடிய நிலைக்கு நாம் உயர்ந்துள்ளோம். இந்திய மருந்துக் கம்பெனிகள் மிகக் குறைந்த அளவிலேயே புதுப்புது மருந்துகளைக் கண்டு பிடிக்கின்றன. பெரும்பாலும் அந்தக் கம்பெனிகள் லைசென்ஸ் மூலம் ஏற்கனவே பிறரால் கண்டுபிடிக்கப்பட்ட மருந்துகளை இங்கே உற்பத்தி செய்கின்றன. இன்றைய உலகளாவிய பொருளாதாரத்தில் ஏதாவது ஒரு கம்பெனி புதிதாக ஒரு மருந்தைக் கண்டுபிடித்தால் அதற்கான அறிவுசார் காப்புரிமை அவர்களுக்கு உலகம் முழுவதும் கிடைக்கிறது.

உயிரியல் தொழில் நுட்பம் நன்கு வளர்ச்சி அடைந்துள்ளது.

உயிரியல் தொழில் நுட்பம் மனிதரின் வாழ்வையும், இயற்கையும் இன்னும் நன்றாகப் புரிந்து கொண்டு அவற்றை விரும்பியவாறு மாற்றியமைத்துக் கொள்ளும் சந்தர்ப்பங்களை அளிக்கிறது. விவசாயம், விவசாயப் பொருள்களைப் பதனிடுதல், உயிரியல் கழிவுகளைத்

தக்கவாறு பங்கீடு செய்தல், காடுவளர்ப்பு, கால்நடை மற்றும் கோழி வளர்ப்பு மருந்துப் பொருட்கள் போன்றவற்றில் உயிரியல் தொழில் அரும்பங்காற்ற வாய்ப்புள்ளது. உயிரியல் தொழில்நுட்ப வளர்ச்சியால் தாவரங்களின் மரபணுக்களை மாற்றியமைத்து அவற்றின் குணங்களை நமது தேவைக்கேற்றவாறு வளைத்துக் கொள்ள முடிகிறது.

வேதியியல் தொழில் துறையில் புரட்சிகரமான மாறுதல்களை ஏற்படுத்தியுள்ளது. எடுத்துக்காட்டாக தோல் பதனிடும் தொழிற்சாலைகளில் விலங்குகளின் தோலிலிருந்து முடியை நீக்குவது ஒரு பிரயத்தனமான காரியமாக இருந்து வந்தது. அதற்கென ஏராளமான உப்பு வகைகளையும், சுண்ணாம்பு வகைகளையும் உபயோகப்படுத்த வேண்டியிருந்தது. இதனால் சுற்றுச்சூழல் பாதிக்கப்படுவதோடு அங்கே வேலைப் பார்க்கும் தொழிலாளர்களுக்கு உடல்நலக்குறைவும் ஏற்பட்டது.

நவீன உயிரியல் தொழில்நுட்பம் இதை சுற்றுச்சூழல் மாசுப்படாத ஒரு எளிமையான முறையாக மாற்றிவிட்டது. இதனால் தொழிலாளிகளின் உடல்நலமும் பாதுகாக்கப்படுகிறது. மத்திய தோல் பதனிடும் ஆராய்ச்சிக் கழகம் இந்த அற்புதமான தொழில்நுட்பத்தைச் சிறுசிறு தோல் தொழிற்சாலைகளுக்கும் கொண்டு செல்ல முயற்சித்து வருகிறது. அதேபோல் கனிமங்களை அகழ்ந்தெடுக்கும் போது சில சமயங்களில் அவற்றை வறுத்தெடுத்தல் மற்றும் சுத்திகரித்தல் போன்ற முறைகளில் பலவிதமான நச்சுப்புகைகளும், சுற்றுச்சூழலைக் கெடுக்கும் பலவிதமான மாசுகளும் உருவாகின. உயிரியல்

தொழில் நுட்பத்தைக் கொண்டு இதற்கென ஒரு புதுவித யுக்தியை உருவாக்கியுள்ளனர். இதை பயோ வீச்சிங் அல்லது உயிரி உறிஞ்சுவான் என்கிறார்கள் இதன்மூலம் உலோகங்களை தாதுப் பொருட்கள் மற்றும் கரைசல்களிலிருந்து பிரித்தெடுக்கப்படுகிறது.

உயிரியல் தொழில்நுட்பம் இன்ஃபர்மேஷன் டெக்னாலஜி எனப்படும் தகவல் தொழில்நுட்பமும் இணைந்து வளர்ச்சிக்கு வழி கோலும் புதிய ஆராய்ச்சிகளுக்கு வித்திட்டுள்ளது. ஜெனட்டிக்ஸ் எனப்படும் மரபணுச் சோதனையியல் இது போன்ற ஒரு துறை இத்துறையில் டி.என்.ஏ. என்றழைக்கப்படும் உயிர் செல்களில் மூலக்கூறு பகுந்தாய்ந்து அறிதல் இவ்வாறான ஆராய்ச்சிகளுள் ஒன்றாகும்.

இவ்வாறு மரபணுவியல் மூலம் மரபணுக்களுக்கும் மனிதரைத் தாக்கும் நோய்களுக்கும் இடையே உள்ள தொடர்பை அறிந்து கொள்ளவும் இந்த நோய்கள் ஏதேனும் மரபணுக் குறைபாட்டால் ஏற்படுகிறதா என்றும் அறியலாம். இதன்மூலம் நம்மைத் தாக்குகிற நோய்களுக்கு சரிவர சிகிச்சை பெற முடியும். உயிரியல் தொழில் நுட்பத்தால் மக்களைப் பாதுகாக்கக்கூடிய தடுப்பூசி மருந்து வகைகளும் கண்டுபிடிக்கப்பட்டுள்ளது.

மனிதர்களுக்கு நோய் ஏற்படும் போது எடுத்துக்கொள்ளும் மாத்திரைகளை வாய்வழி எடுத்துக்கொள்ளும் போது அந்த மருந்தின் குணங்களை நமது முழு உடலும் கிரகிக்க வேண்டியுள்ளது. உயிரியல் தொழில் நுட்பமும், நானோ தொழில் நுட்பமும் நோய்வாய்ப்பட்ட குறிப்பிட்ட உடலுறுப்புகளுக்குச் சிகிச்சை அளிக்கும் விதத்தில் மருந்துகளைச் செலுத்தும்

திறமளிக்கிறது. இதை சிகிச்சை மருத்துவம் என்கிறோம். உயிரியல் தொழில்நுட்பம் வளமான வாழ்க்கையின் பல புதிய பரிமாணங்களை நமக்கு வெளிச்சம் போட்டுக் காட்டியுள்ளது. வேதியியல் தொழில்துறையில் இந்தியா உலக அரங்கில் ஒரு முன்னனி நாடாக வளர்ச்சியடைய இன்னும் பல புதிய வாய்ப்புகளையும் நல்குகிறது.

நம் நாடு விவசாயம், தொழில் மற்றும் சேவைத் துறைகளில் ஒருங்கிணைந்து முன்னேற்றப்பாதைக்கு மக்களை அழைத்துச் செல்லும் நாடாக இந்தியாவை மாற்ற வேண்டும். பண்பாடு நிறைந்த தரமான கல்வி சமூகப் பொருளாதார வேறுபாட்டை மீறி அனைவருக்கும் கிடைக்கும் நாடாக இந்தியாவை மாற்ற வேண்டும். விஞ்ஞானிகளுக்கும், அறிவார்ந்த வல்லுநர்களுக்கும், தொழில் முதலீட்டாளர்களுக்கும் உகந்த நாடாக அதற்கு ஏற்ற இடமாக இந்தியாவை மாற்ற வேண்டும்.

தரமான மருத்துவ வசதி அனைவருக்கும் வேறுபாடு இல்லாமல் கிடைக்கக் கூடிய நாடாக இந்தியாவை மாற்ற வேண்டும். ஒரு பொறுப்பான, வெளிப்படையான ஊழலற்ற கட்சிமுறை நிர்வாகம் அமைந்த நாடாக இந்தியாவை மாற்ற வேண்டும். விண்வெளித் தொழிலில் பலம் பெற்று விட்டதாலும் ஏவுகணை பக்க பலத்தோடு நமது பாதுகாப்பு விரிவடைந்து விட்டாலும் அபாரசக்தி படைத்த நாடாக இந்தியா உயர்ந்து விட்டது. நேசப்படைகள் தொழில் நுட்பத்தில் வெகுவாக முன்னேறியிருந்தன. இன்றைய நவீன உலகத்தின் உயிரோட்டமே தொழில்நுட்ப ரீதியிலான மேலாதிக்கத்தில் தான் அடங்கியிருக்கிறது. தொழில்நுட்பம் வேகமாக வளர்ச்சியடைந்தால் தான்

நாடும் வளர்ச்சியடையும். கணினித்துறைகளிலும் இந்தியா வெகுவாக முன்னேறிக்கொண்டு வருகிறது. கணிணி வரைகலை நுட்பங்களால் பொருட்களின் மாதிரிகளை வடிவமைக்கிறார்கள். பின்னர் அம்மாதிரிகளைச் சாதுர்யமாக விருப்பம் போல் மாற்றியமைத்து அருகில் உள்ள கம்ப்யூட்டர் வீடியோ திரையில் பார்த்துக் கொண்டே திருத்தியமைக்கிறார்கள். அவர்கள் தாங்கள் விரும்பும் விதத்திலும் எளிதாகத் தயாரிப்பதற்கு வசதியாகவும், பொருளைத் தயாரிக்க ஆகும் செலவு கட்டுக்குள் வந்த பிறகும் தான்.

இந்த வடிவமைக்கும் கணினி விவரங்களைக் கணினி உதவியோடு பொருளைத் தயாரிக்கும் முறைகளோடு ஒருங்கிணைப்பார்கள். நாளடைவில் ஒரு பொருளைத் தயாரிக்க உதவும் கருவிகளின் எண்ணிக்கையும் பன்மடங்காகப் பல்கிப் பெருகி விட்டது. இப்போது புழக்கத்தில் உள்ள கருவிகள் மென்மேலும் நுட்பமடைந்து அதிகத் திறங்கொண்டு பல்வேறு உபயோகங்களுக்கும் பயன்படும் விதத்தில் வருகின்றன. தொழில்நுட்பம் மிக எளிய நிகழ்வுகளைக் கூட பல விதங்களில் பயன்படும்படி மாற்றியமைக்கிறது. உற்பத்தித் துறையில் கம்ப்யூட்டர்களைப் புகுத்துவதன் மூலம் இந்தியா வெகுவாகப் பயனடைய வாய்ப்புள்ளது. இந்தியா மென்பொருள் துறையில் அதிக வெற்றியை அடைந்து வருகின்றது.

உலகளாவிய தற்போதைய மென்பொருள் தேவைகளின் பலன்களை அனுபவிப்பதோடு நில்லாமல் இத்துறையிலேயே அதிக மதிப்புள்ள மென்பொருள் தேவைகளைத் தரமான சேவைகளின் மூலம் பூர்த்தி செய்து இந்தியா மென்பொருள் சேவையில்

இன்னும் பத்தாண்டுகளுக்குள் உலகின் முன்னோடி நாடாக வேண்டும். கணிணி மூலம் பெரிய பெரிய தொழிலகங்களின் உற்பத்தி மற்றும் தகவல் மற்றும் தரத்தள அமைப்புகளைத் திறம்பட நிர்வகிக்க முடியும். நம் நாட்டின் மென்பொருள் ஏற்றுமதி சரித்திரத்தில் ஏராளமான வெற்றிகரமான நிகழ்வுகளும் உண்டு. நமது நாட்டு ஏரோநாட்டிகல் டெவலப்மெண்ட் ஏஜென்சி படைத்த கணினி உதவியோடு உற்பத்தி செய்தல் (CAD/CAM) போன்ற மென்பொருள் நமது இலகு ரகப் போர் விமானத்திற்கென உருவாக்கப்பட்டவையாகும். அவை இன்று உலக அளவில் புகழ்பெற்ற கம்பெனியால் உலகமெங்கும் விற்கப்படுகிறது.

நமது நாட்டில் தயாரான மென்பொருட்கள் பல சமயங்களில் ஐரோப்பாவிலும், அமெரிக்காவிலும் பரவலாகப் பயன்படுத்தப்பட்டு வருகிறது. குறிப்பாக உற்பத்தி துறை முதற்கொண்டு விமான நிலையங்கள் வரை பல்வேறு இடங்களில் இவை பரவலாக உபயோகிக்கப்படுகின்றன. கல்வித்துறைக்கென தயாரான சில மென் பொருள்கள் உலகத்தரம் வாய்ந்த பெரிய பெரிய நிறுவனங்களால் கையாளப்பெற்று இறுதியில் ஒரு மதிப்புக் கூட்டப்பட்ட பொருட்களாகப் பரிணமித்து வாழ்விற்கு வளம் சேமிக்கிறது. நமது நாட்டின் மிகப் பெரிய மென்பொருள் கம்பெனிகள், தொழில் முனைவர்கள், நிபுணர்கள் ஆகியோர் ஒருங்கிணைந்து முழு மூச்சோடு உழைத்தால் 2020களில் உலக அரங்கில் இந்தியாவின் பங்கு 10 முதல் 15 சதவீதமாக முடியும்.

உலக அரங்கில் இந்தியா ஒரு தனிப்பெரும் மென்பொருள் தயாரித்து அளிக்கும் நாடாக வீறு

நடை போட முடியும். உற்பத்தித் துறையில் இன்றைய நிலவரப்படி உலக அரங்கில் நவீன தொழில் நுட்பத்தைக் கொண்டிருப்பதாலும் தனது நிர்வாகத் திறமைகளாலும் ஒரு சில நிறுவனங்கள் உலகில் பேராதிக்கம் செய்து வருகின்றன. நமது நாட்டில் நிலவும் இன்றைய நிலவரப்படி சில முக்கியமான மென்பொருள் நிறுவனங்கள் டாட்டா கன்சல்டன்சி எனப்படும் TCS. இது ஆசியாவிலேயே மிகப்பெரிய உலகத்தரம் வாய்ந்த மென் பொருள் மற்றும் சேவை வசதி நிறுவனம் எனக் கருதப்படுகிறது.

இதே போல் இன்போஸிஸ் டெக்னாலஜி லிமிடெட். ஆலோசனை மற்றும் சேவை வசதிகளை உலகமெங்கும் அளித்து வருகிறது. விப்ரோ டெக்னாலஜிஸ் எனப்படும் மற்றொரு நிறுவனம் தேவைப்படுகிற எல்லா மென்பொருள்களையும் மட்டுமல்லாது மக்கள் அன்றாடம் பயன்படுத்தும் பல்வேறு விதமான பொருட்களையும், சுகாதாரம், மின்விளக்கு மற்றும் அடிப்படைக் கட்டமைப்பு வசதிகளுக்கான பொருட்களையும் தயாரிக்கிறது. சத்யம் கம்ப்யூட்டர்ஸ் பலதரப்பட்ட வெவ்வேறு கோணங்களில் தொடக்கத்தில் இருந்து இறுதி வரை தேவைப்படும் சாத்தியமான எல்லா மென்பொருட்களையும் தயாரித்து அளிக்கிறது.

நம் நாட்டின் விண்வெளி ஆராய்ச்சியின் அவசியத்தை இன்றைய நாளில் எள்ளி நகையாடுபவர்கள் உள்ளார்கள். ஆனால் நமது குறிக்கோளில் நமக்குக் குழப்பமோ, இரு நிலைப்பாடோ கிடையாது. நம்நாடு உலக அரங்கில் ஒரு அர்த்தமுள்ள பங்காற்ற வேண்டுமானால் தொழில் நுட்பத்திலும், அறிவியல் திறங்களைப் பயன்படுத்தி தனி மனிதரும், சமுதாயமும் காணும் பிரச்சினைகளைச்

சமாளிப்பதிலும் யாருக்கும் நாம் சளைத்தவர்கள் அல்ல என்பதை உணர வைப்பது மிக அவசியமாகும்.

இந்தியாவில் விண்வெளி ஆராய்ச்சித் திட்டம் வெகுவாக முன்னேறி வருகின்றது. இன்கோஸ்பார் எனப்படும் இந்தியன் கமிட்டி ஃபார் ஸ்பேஸ் ரிசர்ச் மேற்பார்வையில் தும்பாவிலிருந்து 1963 இல் சவுண்டிங் ராக்கெட் ஏவப்பட்டதிலிருந்து நமது விண்வெளி ஆராய்ச்சிகள் துவங்கின. நம் நாட்டிலேயே விண்கல ஏவு ஊர்தியைத் தயாரிக்க வேண்டும் என 1968ல் தீர்மானித்துக் கொண்டு 1980 இல் அந்த இலக்கை எட்டினோம். திட எரிபொருள்களைக் கொண்டு எரியும் எஸ்.எல்.வி.3 எனும் ஏவுகல ஊர்தியில் ரோகிணி விண்கோளை நாம் புவிச் சுற்றுப்பாதையில் வெற்றிகரமாக ஏவினோம்.

இந்தியாவின் பல விண்கோள்கள் அயல்நாட்டு ஏவு ஊர்திகள் மூலம் விண்ணில் செலுத்தப்பட்டு வந்தன. ஏனெனில் அப்போது நம்மிடம் இதற்கு தேவையான தொழில்நுட்பம் இல்லை. இந்தியாவின் முதல் செயற்கைக் கோளான ஆர்யபட்டாவை 1975 இல் அப்போதைய சோவியத் ரஷ்யாவில் இருந்து விண்ணில் செலுத்தினோம். அதேபோல பாஸ்கரா1, மற்றும் பாஸ்கரா2 முறையே 1979 மற்றும் 1981இல் விண்ணில் ஏவப்பட்டன.

இந்தியாவின் முதல் தொலையுணர்வு விண்கோளை சோவியத் யூனியனிலிருந்து ஏவினோம். இப்பொழுதெல்லாம் இந்தியாவின் பி.எஸ்.எல்.வி., ஜி.எஸ்.எல்.வி.யின் வெற்றிகரமான ஏவுதல்கள் அடிக்கடி நிகழ்கின்றன. இது விக்ரம் சாராபாய் அவர்களின் கனவான 'நமது செயற்கைக் கோள்களை நாமே

தயாரித்து அவற்றை நாமே விண்ணில் செலுத்த வேண்டும்' என்பது நனவானது. தொலைத்தொடர்பு ஒலி மற்றும் ஒளிபரப்பு மற்றும் தட்பவெட்ப நிலை கணிப்பு போன்ற சேவைகள் நமது இந்தியாவிலேயே வடிவமைக்கப்பட்டுத் தயாரான விண்கோள்கள் மூலம் பெறப்படுகிறது. விண்கோள் மூலம் செயற்கைக் கோள் வழிக்கல்வியை நாட்டின் மூலை முடுக்குகளுக் கெல்லாம் எடுத்துச் செல்வது எளிதாகின்றது.

இந்தியா பிற இயற்கை விண்கோள்களை ஆய்வதில் சாதனை படைக்க உள்ளது. இந்தியாவில் அணுசக்தி திட்டம் வெகுவாக முன்னேறிக் கொண்டு இருக்கிறது. தேசிய விஞ்ஞான மற்றும் தொழில் நுட்பக் கல்விக் கழகங்களான இஸ்ரோ, டி.எ.இ., டி.ஆர்.டி.ஓ. போன்றவை 1980களிலிருந்து தனியார் துறை தொழில்களுடன் சேர்ந்து யுத்தத் தளவாடங்கள் தயாரிக்கத் தொடங்கின.

இந்தியா எல்லாத் துறைகளிலும் முன்னேறி மெய்நிகர் பள்ளிக்கூடங்களும், செயற்கைக்கோள் வழிக் கல்வியும், மின்அஞ்சல் மற்றும் இணையதளம் வழிக்கற்றலையும் மாணவர்களுக்கு அளிக்கிறது. டிஜிட்டல் நூலகமும் உள்ளன.

இவ்வாறு இந்தியா எல்லாத் தொழில்துறைகளிலும் வளர்ச்சியடைந்து விரைவில் வளர்ச்சியடைந்த நாடாக மாறும்.

●●●

7. ஆசிரியர் பணியில் கலாம்

கல்வி கற்றல் என்பது அறிவு செறிவடைவதன் மூலம் அறியாமையில் இருந்து அகன்று அது மேன்மையடைந்து கொண்டே போகும் ஒரு முடிவில்லாப் பயணமாகும். ஆசிரியர்கள் அறிவை மட்டும் அளிப்பதில்லை. ஆசிரியர் மாணவர்களின் திறமையையும், கனவு காணும் தன்மையையும், குறிக்கோளை அடையும் திறமையும் உருவாக்குகிறார்கள். ஓர் ஆசிரியரின் வாழ்க்கை பல மாணவ மாணவிகளுக்கு ஒளிவிளக்காக மாறும். ஆகவே எல்லா ஆசிரியர்களும் நல்லாசிரியர்களாகத் திகழ வேண்டும்.

ஆசிரியர்கள் இன்றைய மாணவர்களை எதிர்காலத் தலைவர்களாகும் வகையில் அவர்களுக்கு அறிவையும், மதிப்பு மிக்க விஷயங்களையும் போதிக்க வேண்டும். ஒவ்வொரு ஆசிரியரும் தன் வாழ்நாள் முழுவதும்

தன்னிச்சையாகக் கற்றுணரும் தனிப்பழக்கத்தை உருவாக்கிக் கொள்ள வேண்டும். இந்த உலகத்தில் எல்லாத் தொழில்களையும் விட ஆசிரியர் தொழிலே சமுதாயத்தின் மிக முக்கியமான தொழிலாகும்.

ஆசிரியப் பணியே அறப்பணி

அதற்கே உன்னை அர்ப்பணி

என்னும் பொன்மொழிக்கு இலக்கணமாக வாழ்ந்து காட்டியவர் டாக்டர் அப்துல் கலாம். அவர் பிறவியிலேயே ஒரு ஆசிரியர். இளம் வயதில் இருந்தே எல்லாவற்றையும் கற்றுக் கொண்டே வந்ததால் அவரை பிறவியிலேயே நல்லாசிரியர் என்பவர் சமூகத்தில் தன் கண் முன்னே நடக்கும் எல்லா நிகழ்ச்சிகளையும் உற்று நோக்கிக் கொண்டு வந்து இதை இளைய சமுதாயத்திற்குக் கற்றுக் கொடுப்பவராக இருக்க வேண்டும்.

மாணவர்களின் அறிவுத் திறனை வளர்த்துக் கொண்டே செல்ல வேண்டும் கற்றுக் கொடுக்கும் போதே நாம் வாழும் சமுதாயத்தோடு தொடர்புபடுத்தி கற்றுக் கொடுக்க வேண்டும். இந்நாடு நம்நாடு. நாட்டை வளர்ச்சிப் பாதையில் கொண்டு செல்ல நாம் எவ்வாறு இருக்க வேண்டும் என்பதைக் கற்றுக் கொடுக்கும் நல்லாசிரியராக கலாம் அவர்கள் திகழ்ந்தார். மாணவர்கள், இளைஞர்கள் மனதில் அறிவுச் சுடரை ஒளிரச் செய்தவர். மாணவர் மனதில் பல ஒளிச்சுடரை ஒளிரச் செய்து கனவு காணுங்கள் என்ற மந்திர வார்த்தைகளை உள்ளத்தில் பதிக்கச் சொன்னார். கல்வி ஒருவரது ஆக்கப்பூர்வமான கற்பனைத் திறத்தோடு கூடிய படைப்புத் திறனையும்,

வாழ்க்கை முன்னேற்றத்திற்கான வழிமுறைகளைக் கண்டுணர்ந்து அதை நடைமுறைக்குக் கொண்டு வரக்கூடிய அருங்குணத்தை ஊக்குவிப்பதாகவும் அமைய வேண்டும் என்றார்.

ஒரு நல்ல ஆசிரியர் என்பவர் மாணவர்களுக்குப் பாடம் சொல்லிக் கொடுப்பதையும், தான் பாடம் கற்றுக் கொடுக்கும் குழந்தைகளையும் மனதார விரும்புபவரே ஆவார். நல்லாசிரியர் மாணவர்களின் கற்பனைத் திறத்தோடு கூடிய ஆக்கப்பூர்வமான படைப்புத்திறனை ஊக்குவிப்பராக இருக்க வேண்டும். மாணவரின் அறிவை வளர்ப்பவராக இருக்க வேண்டும். மாணவர்களுக்கு நல்லறிவைப் புகட்டுபவராக மாணவர்களின் திறமையை வளர்ப்பவராக இருக்க வேண்டும். மாணவர்களுக்கு அறிவை வளர்க்கக் கூடிய ஆசிரியர் முன்னுதாரணமாகத் திகழ வேண்டும். ஆசிரியராக இருப்பவர் ஒழுக்கப் பண்பாட்டில்

சிறந்தவராக இருக்க வேண்டும். தன்னிடம் கற்கும் மாணவர் இந்த ஆசிரியரைப் போல் தானும் வாழ வேண்டும் என்கிற எண்ணத்தை உருவாக்குபவராக இருக்க வேண்டும். அத்தகைய ஆசிரியராகத் திகழ எல்லா உயர்வகையான பண்பு நலன்களையும் கொண்டு இருக்க வேண்டும். அத்தகைய ஆசிரியராக அப்துல் கலாம் விளங்கினார்.

அப்துல் கலாம் அவர்கள் வளர்ந்து வரும் அறிவியல் தொழில் நுட்ப உலகினில் வரும் இடர்பாடுகளையெல்லாம் களையும்படியான புதிய கல்வி முறையினை மாணவர்களுக்கு ஆசிரியர்கள் கற்றுக் கொடுக்க வேண்டும். மாணவர்களின் படைப்பாற்றலை ஊக்குவிக்கும் ஆசிரியரே நல்லாசிரியர் என்ற தன் கூற்றுக்குத் தானே முன்னுதரணமாகத் திகழ்ந்தார். கலாமின் தொடக்கப்பள்ளி ஆசிரியர் சிவசுப்பிரமணிய அய்யர் பறவைகள் எப்படிப் பறக்கின்றன என்பதை இராமேசுவரம் கடற்கரைக்கு அழைத்துச் சென்று விளக்கிக் கூறினார். அப்போது எனக்குப் பறக்கும் விஞ் ஞானத்தில் சேர்ந்து படிக்க வேண்டும் என்ற ஆசை வந்தது. அந்த ஆசையை அப்படியே 'ஏரோநேடிக்' படித்து விஞ்ஞானி ஆவதற்கு சிவசுப்பிரமணிய அய்யர்'என்ற நல்லாசிரியரே காரணமாக விளங்கினார்.

அந்தக் கருத்தின்படியே அப்துல் கலாம் மாணவர்களைச் சந்திக்கும் போதெல்லாம் 2020இல் இந்தியா வல்லரசாகக் கடுமையாக உழைக்க வேண்டும். அதோடு வளர்ந்த, வளர்ச்சியடைந்த இந்தியாவில் வாழத் தொலைநோக்குத் திட்டத்துடன் கல்வி கற்கவும் அறிவுறுத்தினார். குடியரசுத் தலைவர் மாளிகையில்

2004 செப்டம்பர் 5ஆம் நாள் நடைபெற்ற ஆசிரியர் தின விழாவில் சிறந்த சேவை செய்த நல்லாசிரியர்களுக்கு விருது வழங்கி பின் அங்கு குழுமியிருந்த ஆசிரியர்கள் மத்தியில் பத்துக் கட்டளைகளைச் சொல்லிக் கொடுத்தார். அதனை உறுதிமொழியாகவும் ஏற்க வைத்தார்.

அப்துல்கலாம் கூறிய அந்தப் பத்து கட்டளைகள்.

1. கல்வி கற்பித்தலை நேசிப்பேன். கற்பித்தலே எனது ஜீவன்.

2. கல்வி கற்பித்தல் என்ற மாபெரும் அறப்பணிக்கு என்னை முற்றிலும் அர்ப்பணிக்கிறேன்.

3. சாரசரி மாணவனை உயர்ச் செயல்திறன் மிக்க மாணவனாக உயர்த்தினால் மட்டுமே என்னை நான் சிறந்த ஆசிரியராகக் கருதுவேன்.

4. எனது வாழ்க்கை எனது மாணவர்களுக்குச் செய்தியாக இருக்கும் வகையில் வாழ்ந்து காட்டுவேன்.

5. எந்த ஒரு செய்தியினையும் ஆராய்ந்து அறியும் உணர்வையும், படைப்பாற்றலையும், வளர்க்கும் நோக்கும் மாணவர்களுக்கும், குழந்தைகளுக்கும் கேள்விகள் கேட்பதற்கு ஊக்கமளிப்பேன்.

6. மத இன மொழி வேறுபாடின்றி மாணவர்கள் அனைவரையும் சமமாக நடத்துவேன்.

7. மாணவர்களுக்குத் தரமான கல்வியைத் தருவதற்கான கற்றலைத் தொடர்ந்து வளர்த்துக் கொள்வேன்.

8. நற்சிந்தனைகளால் தொடர்ந்து என் மனதை நிரப்புவேன்.

9. மாணவர்களுக்கு மத்தியில் உன்னதச் சிந்தனையைச் செயல்பாட்டைப் பரப்புவேன்.

10. எனது மாணவர்களின் வெற்றியை எப்போதும் கொண்டாடுவேன்.

ஒரு நல்லாசிரியர் அறிவுசால் பணியை திறமையை அனைவரும் பயன்படுத்திக் கொள்ள வேண்டும் என்று சென்னை அண்ணா பல்கலைக் கழக வெள்ளிவிழாவில் உரையாற்றினார். அப்பணியைச் செவ்வனே செய்ய தானே www.abdulkalam.com என்ற இணைய தளத்தைத் தொடங்கி மாணவர்களின் கேள்விகளுக்கு நல்ல பதிலும் உயர்தரமான ஆலோசனைகளையும் வழங்கினார். இந்திய அரசில் பிரதமரின் அறிவியல் ஆலோசகர் பொறுப்பில் இருந்து 1999 இல் விலகிய போது ஆண்டொன்றுக்கு ஐம்பதாயிரம் மாணவர்களுடன் கலந்துரையாட வேண்டும் என்ற குறிக்கோளைக் கொண்டிருந்தார்.

சென்னை அண்ணா பல்கலைக் கழகத்தின் விண்வெளி பொறியியல் பிரிவில் பேராசிரியராகத் தன் பணியினைத் தொடர்ந்தார். இந்திய குடியரசின் தலைவராக இருந்த போதும், அதற்குப் பின்னும் குஜராத் மாநிலம் அகமதாபாத் இந்திய மேலாண்மை நிறுவனத்திலும், மத்திய பிரதேசம் இந்தூரில் உள்ள இந்திய மேலாண்மை நிறுவனத்திலும் வருகைகால் பேராசிரியராகப் பணியாற்றினார். இந்திய விண்வெளி அறிவியல் மற்றும் தொழில் நுட்ப நிறுவனத்தின் பேராசிரியராகவும் பணியாற்றினார். கர்நாடக மாநிலம்

மைசூரில் உள்ள ஜே.எஸ்.எஸ். பல்கலைக் கழகம் மற்றும் ஆப்பிரிக்க நாடான சோமாலியாவில் செய்யப்பட்ட பல்வேறு கல்வி மற்றும் ஆராய்ச்சி நிறுவனங்களில் வருகைகால் பேராசிரியராகவும் பணியாற்றினார். இறுதி நிகழ்வாக அமைந்ததும் மேகலாயா மாநிலத்தில் உள்ள இந்திய மேலாண்மை நிறுவனத்தில் மாணவர்களுடன் உரையாற்றிக் கொண்டிருந்த போது தான் அவரது உயிர் பிரிந்தது என்றால் ஆசிரியத் தொழிலையும், மாணவர்களையும் நேசித்த கலாமின் உயரிய பண்பும், குறிக்கோளும் புலப்படும்.

பகுத்தறிவுச் சிந்தனை வேரூன்றிய தமிழகத்தில் பகுத்தறிவு சிந்தனையாளராகத் தோன்றினார். அப்துல்கலாம் அவர்கள் 2002ஆம் ஆண்டு ஜூலை மாதம் 15ஆம் நாள் இந்தியக் குடியரசுத் தலைவர் தேர்தலில் போட்டியிட்டார். அச்சூழலில் அப்போதைய தகவல் தொழில் நுட்பத்துறை மத்திய அமைச்சர் பிரமோத் மகாஜன் கலாமைத் தொடர்பு கொண்டு நீங்கள் எந்த நேரத்தில் மனுத்தாக்கல் செய்யலாம் என்ற எண்ணம் ஏதாவது தங்களுக்கு இருக்கிறதா? எனத் தொலைபேசியில் தொடர்பு கொண்டு வினவினார். அதற்கு கலாம் அவர்கள் பகுத்தறிவு மற்றும் அறிவியல் சித்தாந்தத்தின் படி நீங்களும், மக்களும் என்ன நினைக்கிறீர்களோ அதுவே சரியான நேரம் என்று கூறிய பின்பு பூமி தன்னைத்தானே சுற்றுவதால் இரவும், பகலும் மாறி மாறி வருகிறது. இவை இரண்டும் வானவியல் தொடர்பு கொண்டது சோதிடவியல் நேரம் அல்ல. எனவே இதில் எந்த நேரமும் எனக்கு நல்ல நேரமே என்று அறிவியல் பூர்வ விளக்கமளித்தார் டாக்டர் அப்துல் கலாம்.

பாரத ரத்னா டாக்டர் அப்துல் கலாமிடம் ஒரு மாணவி இந்த உலகில் நல்ல நாள் எது? கெட்ட நாள் எது? என்ற கேள்விக் கணையினைத் தொடுத்தாள். அதற்கு அப்துல் கலாம் பூமி மீது சூரிய ஒளிபட்டால் அது பகல் படாவிட்டால் அது இரவு. இதில் நல்லது, கெட்டது என்று எதுவும் இல்லை என்ற அறிவார்ந்த பதிலில் பகுத்தறிவு பளிச்சிடுகிறது. அள்ள அள்ளக் குறையாத அறிவுப் பொக்கிஷமான புத்தகங்களோடு உரையாடுவது கலாமின் தினசரி பழக்க வழக்கமாகும். அறிவை வளர்க்கும் ஆலயங்களான புத்தகங்கள், பண்பாட்டின் உறைவிடங்கள், கலாச்சாரத்தின் பாதுகாப்புப் பெட்டகங்கள் மனிதருக்குள் நம்பிக்கை விதையை விதைத்து வாழ்வைச் செழுமைப்படுத்தும் புத்தகங்களைத் தன் உயிருக்கு உயிராக நேசித்தார். அத்தகைய புத்தகங்களின் உள்ளக் கருத்துக்களை மாணவர்களுக்குக் கற்றுக் கொடுத்தார். மாணவர் களையும் எல்லாப் புத்தகங்களையும் படிக்க வைத்தார். இதன்மூலம் மாணவர்களின் அறிவுத்திறன் சிறந்து விளங்கியது.

பள்ளி – கல்லூரி மாணவர்களிடையே வாசிப்புத்திறன் அதிகரிக்க வேண்டும் என்று வலியுறுத்தினார். சிறந்த புத்தகங்கள் தான் மாணவர்களைச் சரியான பாதையில் அழைத்துச் செல்லும். எனவே சிறுவயதிலேயே வாசிப்புப் பழக்கத்தை ஏற்படுத்திக் கொள்ள வேண்டும். அதுதான் ஒருவரின் வெற்றிக்குத் துணையாக அமையும்.

கல்வி நமது சமுதாயங்களில் பலவிதமான பணிகளை ஆற்ற வேண்டிய சூழ்நிலை உள்ளது. ஒவ்வொருவரின் வாழ்க்கையிலும் மிகச்சிறந்த பகுதி அவர்கள் ஐந்து முதல்

பதினாறு வயது வரை பள்ளிகளில் கல்வி கற்கும் பருவம் எனலாம். குழந்தைகளுக்கு நல்ல பழக்க வழக்கங்களோடு கூடிய கல்வியறிவு இந்த வயதில் பள்ளிக்கூடங்களிலும், வீடுகளிலும் புகட்டப்பட வேண்டும். அப்போது தான் அவர்கள் நல்ல குடிமக்களாக மலர்வார்கள்.

குழந்தைகள் அந்தப் பருவத்தில் பள்ளியில் இந்த நேரத்தில் குழந்தைகளுக்கு ஆக்கமும், ஊக்கமும் கொடுக்கிற நல்லதொரு சூழ்நிலை ஏற்படுத்திக் கொடுத்து அவர்கள் நல்ல குணங்களோடு குறிப்பிட்ட இலக்குகளுக்காக உழைக்கவும் கற்றுத்தர வேண்டும். குழந்தைகள் இந்த வயதில் நல்ல பழக்க வழக்கங்களைக் கற்றுக் கொள்ளத் தவறினால் எந்த ஒரு அரசுமே நல்லதொரு சமுதாயத்தைப் படைக்க முடியாது. இந்த வயதில் நல்ல பழக்க வழக்கங்களைக் கற்றுக் கொள்ளாத குழந்தையால் நாடு எப்பொழுதும் ஒரு அறிவார்ந்த நல்ல குடிமகனை இழந்து விடுகிறது.

சிறுவயதில் குழந்தைகளுக்கு நல்ல தரம் வாய்ந்த கல்வியை அளித்து அவர்களுக்கு அடித்தளம் இட்டால் அவர்கள் நாளை நமது சமுதாயத்திற்கு ஆக்கப்பூர்வமாகப் பங்காற்றி நாடு வளர தம் உழைப்பை நல்குவர். குழந்தைகள் தம் திறமையை வளர்த்துக் கொள்ள அறிவார்ந்த ஆராய்ச்சி மற்றும் விசாரித்தறியும் கேள்வியுணர்வு மனப்பாங்கை குழந்தைகளுக்கு அளிக்க வேண்டும் குழந்தைகளிடையே ஆக்கப்பூர்வமாகச் சிந்தித்துப் புதியவைகளைக் கண்டறியும் திறமையை வளர்க்க வேண்டும்.

மாணவர்கள் ஒரு பிரச்சினையை உணர்ந்து கண்டுபிடிப்பதோடு அதற்கான தீர்வையும் கண்டு

அதை வளர்ச்சிக்கான வழிப்படுத்துவது தொழில் முனைதல் என்பது நமது தேவைகளை உணர்வதோடு அடுத்தவர்களுக்கு என்ன தேவை என்று அறிந்து அதைக் கொடுக்க முயல்வதும் ஆகும். மாணவர்கள் ஒரு புதிய சவால்களையும், போட்டிகளையும் சந்திக்கத் தயாராக இருக்க வேண்டும். செய்யும் செயலைத் திறம்படவும் வித்தியாசமாகவும் செய்ய வேண்டும்.

மேலும் சிந்தனையில் துணிச்சலும் வேண்டும். குழந்தைகளை ஏற்றத்தாழ்வின்றி சமமாக நடத்துவதில் ஆசிரியர்கள் அரும் பங்காற்ற வேண்டும். இனம், நிறம், மதம் மொழி, ஜாதி, பால், பொருளாதாரம் போன்ற காரணங்களில் சிலரை உயர்வாகவும், சிலரைத் தாழ்வாகவும் நடத்துகின்ற எண்ணமோ அதன் நிழலோ கூட குழந்தைகள் மனதில் ஏற்படாதவாறு ஆசிரியர்கள் பார்த்துக்கொள்ள வேண்டும். ஆசிரியர்கள் தாமே ஒரு முன்னுதாரணமாக நடந்து கொண்டு தனது வகுப்பில் உள்ள எல்லாக் குழந்தைகளையும் சமமாகப் பாவித்து அவர்கள் உள்ளங்களிலேயே சம உணர்வை வளர்க்க வேண்டும்.

நமது கல்வித்திட்டம் அவரவர்கள் சுயமாகத் தொழில் செய்து சம்பாதிப்பது எப்படி என்ற எண்ணங்களைப் பிரபலப்படுத்த வேண்டும். ஆசிரியர்கள் மாணவர்கள் மனதில் சுயதொழில் மற்றும் சிந்தனையை வளர்க்க வேண்டும். கல்லூரிப் பாடத்திட்டத்தில் இளங்கலை, இளமறிவியல் மற்றும் இளவணிகம் போன்ற பட்ட வகுப்புகளில் சுயமாகத் தொழில் செய்து சம்பாதிப்பது எப்படி என்பதற்கான பாடங்களும் நடைமுறைகளும் புகுத்தப்பட வேண்டும். தொழில் முனைதல் ஊக்குவிக்கப் பட வேண்டும்.

இந்திய தொழில்நுட்பக் கல்விக் கழகங்கள் எனப்படும் இந்தியன் இன்ஸ்டிட்யூட்ஸ் ஆஃப் டெக்னாலஜி நம் நாட்டில் உயர்ந்த தொழில் நுட்ப உயர்கல்வியின் வெற்றிகரமான பரிசோதனைகளின் எடுத்துக் காட்டாகும். ஐ.ஐ.டி. என்பது உண்மையிலேயே நம்பக் கூட முடியாத அளவிலான வியத்தகு கல்விக்கூடங்கள் இவை. இந்தக் கல்விக் கூடங்கள் உலகையே மாற்றிவிட்டன. இன்னும் ஏராளமான மாற்றங்களைக் கொண்டு வரும் சக்தியும் அவைகளுக்கு உண்டு. சுதந்திர இந்தியாவுக்குத் தொழில் நுட்பத்திறமையின் அவசியத்தையும், அவற்றின் துணைக் கொண்டு அற்புதமான நல்ல வளர்ச்சியைக் கொண்டு வரமுடியும் என்பதை உணர்ந்தார். இதற்கென நல்ல திறமை வாய்ந்த பொறியாளர்களை உருவாக்க முடியும்.

சுதந்திர இந்தியாவின் முதல் பிரதமர் பண்டித ஜவகர்லால் நேரு 1951ஆம் ஆண்டு வங்காளத்தில் உள்ள கரக்பூர் என்னுமிடத்தில் ஐ.ஐ.டி.யை நிறுவினார். இந்தக் கல்வி கூடத்திலிருந்து முதல் அணியாக 1956ல் பட்டதாரி இன்ஜினியர்கள் வெளிவந்தனர். இப்போது இந்தியாவில் இதைத்தவிர இன்னும் 6 ஐ.ஐ.டி.கள் உள்ளன. அவை மும்பை, சென்னை, கான்பூர், டெல்லி, கவுகாத்தி, ரூர்க்கி ஆகிய இடங்களில் உள்ளன. உலகப் புகழ்ப்பெற்ற பொறியியலர்கள் இந்த ஐ.ஐ.டி.களிலிருந்து படித்து வெளிவருகின்றன.

இந்த ஐ.ஐ.டி.கள் தவிர பிற சிறந்த கல்வி ஸ்தாபனங் களும் இந்தியாவில் நிறைய உண்டு. அவையும் தரமான கல்வியைத் தொடர்ந்து போதித்து வருகின்றன. இன்றைய நாளில் அமெரிக்காவில் உள்ள 20 லட்சம்

திறமையான இந்தியர்கள் இது போன்ற கல்விக் கூடங்களில் இருந்து உருவானவர்கள் தான். வழக்கமான உயர் கல்வி பெரும்பாலும் எழுத்தர்களையும், குமாஸ்தாக்களையும் உருவாக்குகிறது. ஆனால் தானும் நன்றாகச் சம்பாதித்துக் கொண்டு பிறர் வாழ்வையும் நல்ல முறையில் வளப்படுத்தும் கல்வி முறைகளுக்கு எப்போதுமே மதிப்புண்டு. ஆகவே வழக்கமான உயர் கல்வி கற்று கிளார்க் வேலைக்குப் போக விரும்பாத மாணவர்களுக்குத் தொழிற்கல்வி படிப்பும், பயிற்சியும் அளிக்கும் வாய்ப்புகள் நம் நாட்டில் பெருக வேண்டும்.

நம் நாட்டில் பல தொலைக்கல்வித் திட்டங்கள் நடை முறையில் உள்ளன. இந்திராகாந்தி தேசிய திறந்த வெளிப் பல்கலைக் கழகம் தொலைக்கல்வி வசதிகளில் ஒரு முன்னோடியாகத் திகழ்கிறது. இந்தியாவில் தொலைக் கல்வி முறையை இன்னும் பரவலாக்க வேண்டும். இப்போது நம்மிடம் கண்ணாடி இழைக்கேபிள்கள், செயற்கைக் கோள் வழித் தொடர்புகள், வயர்லெஸ், தொலைத் தொடர்புக்கான கட்டமைப்பு வசதிகள், அகன்ற கற்றை வழி இன்டர்நெட் வசதிகள் போன்றவை பெருகியுள்ளன.

தொலைக் கல்வித் திட்டங்களில் மெய்நிகர் வகுப்பறைகளைக் கொண்டு மாணவர்களுக்குக் கல்வி போதிக்க முடியும். மெய்நிகர் செயற்கைக் கோள் வழிக்கல்வியில் மாணவர்கள் எங்கோ தொலைவில் இருக்கும் ஆசிரியர்களிடம் கேள்விகள் கேட்டுப் பதில் பெறமுடியும். சந்தேகங்களை நிவர்த்தி செய்து கொள்ள முடியும். ஒரே ஆசிரியர் நடத்துகிற பாடத்தைப் பல

பள்ளிகளுக்கு ஒரே நேரத்தில் ஒளிபரப்பி ஆசிரியர் மாணவர்கள் பரஸ்பர கருத்துப் பரிமாற்றத்திற்கும் வழி செய்ய முடியும். கல்வியில் போதிக்க விழையும் பாடங்களை ஆசிரியர் இ மெயில் அல்லது இணையதளம் மூலமாக மாணவர்களுக்கு அனுப்பலாம். இணையதள வழிக்கல்வி மூலம் மாணவர்கள் தொடர்ந்து தாமாகவே கல்வி கற்கும் பழக்கத்தை ஏற்படுத்திக் கொள்ள முடியும்.

2004ல் ஏவப்பட்ட நமது இந்தியாவின் எஜூசாட் எனப்படும் செயற்கைக் கோளைக் குறிப்பிடுவது பொருத்தமாக அமையும். 2004ல் ஏவப்பட்ட இந்த செயற்கைக் கோள் நம் நாட்டின் தொலைதூரக் கல்விக்கு பெரும் உபயோகமாக இருக்கும் செயற்கை கோள்களின் மூலம் அதிகமான பயன்களை அடையலாம். மாணவர்களுக்கு இவ்வாறு பல வகைகளில் கல்வி கற்றுக் கொடுக்கப்பட்டு வருகிறது. ''ஆசிரியர்கள் பணி அறப்பணி' என்னும் வாய்மொழிக்கு ஏற்றவாறு ஆசிரியர் நல்ல முறையில் உழைத்து மாணவர்களைத் திறமையானவர்களாக உருவாக்க வேண்டும்.

இவ்வாறு ஆசிரியர் பணியில் கலாம் சிறந்து விளங்கினார்.

●●●

8. மின்சாரத்துறையில் கலாம்

ஒரு நாட்டின் பொருளாதார வளர்ச்சி நல்ல முறையில் அமைய வேண்டுமானால் அந்நாட்டின் அரசாங்கம் அந்நாட்டின் கட்டமைப்பு வசதிகளில் போதுமான முதலீடு செய்ய வேண்டியது அவசியம். எல்லா அடிப்படை கட்டமைப்பு வசதிகளையும் சரிவரப் பராமரிப்பதோடு அவற்றை மேம்படச் செய்வதும் மிக முக்கியமான தேவையாகும். போக்குவரத்துச் சாதனங்கள் இயங்குவதற்கும், தொலைத் தொடர்பு சாதனங்கள் இயங்குவதற்கும் மின்சாரம் இன்றியமையாததாகும்.

மின்சார உற்பத்தியை அதிகாிப்பதற்காக பட்ஜெட்டில் அதிகமாகச் செலவிடப்படுகிறது. தரமான மின்சக்தி மக்களுக்குக் கிடைக்காதவரை எந்தவொரு நாடும் தன்னை ஒரு வளமான நாடு என்று சொல்லிக்

கொள்ள இயலாது. மந்திரக்கோல் போல மாயஜாலங்கள் காட்டி வரும் "தகவல் தொழில் நுட்பம்'' என்ற துறையே இந்த மின் சக்தி இல்லையெனில் வெறும் பூஜ்ஜியமாகி விடும். தரமான மின்சக்தி என்பது நம்பகமான தடையற்ற தொடர்ந்து சீராக கிடைக்கிற மின்சாரமே. அதாவது வோல்டேஜ் மாறுபாடின்றி தரமான மின்சக்தி கிடைத்தல் என்பதே ஆகும். ஆனால் நம் நாடு மின்சக்தி நெருக்கடியில் சிக்கியுள்ளது. மின்சாரத்தை நம்பி தொழில் செய்ய முடிவதில்லை. மதிப்புமிக்க தொழிலாளர்களின் நேரங்கள் வீணாகின்றன.

நம் நாட்டின் பொருளாதார வளர்ச்சி அபரிமிதமாக அமைய வேண்டுமானால் வர்த்தக ரீதியான உபயோகங்களுக்கும் மற்ற பிற உபயோகங்களுக்கும் தேவையான தரமான மின்சக்தியே ஆகும். அந்த மின்சக்தியை நாம் இன்னும் அதிகமாக உற்பத்தி செய்ய வேண்டும். மக்களின் வாழ்க்கைத் தரம் உயர உயர அவர்களின் மின்சக்தி தேவையும் அதன் வீட்டு உபயோகங்களும் உயர்ந்து கொண்டே போகிறது. கடந்த பல ஆண்டுகளில் நம் நாட்டின் மின் உற்பத்தி வெகுவாக உயர்ந்துள்ளது. அதே சமயத்தில் நமது உபயோகமும் அதே போல் வெகுவாக உயர்ந்துள்ளது.

நமது நாட்டின் மக்கள் தொகை 107 கோடி என்று தோராயமாகக் கணக்கிடப்பட்டுள்ளது. இது கி.பி. 2050ல் 150 கோடியாக இருக்கும் என எதிர்பார்க்கப்படுகிறது. நம் நாடு வளர்ந்த நாடாக மாற ஆகும் முயற்சிகளில் ஒவ்வொரு தனிநபரின் மின் உபயோகமும் ஆண்டொன்றுக்கு 500 கிலோ வாட்களாக ஆகும் என்று கணிக்கப்படுகிறது. நமது நாடு 1500kw/h பில்லியன் மின்சாரம் தயாரிக்க வேண்டும். இந்த 7500 பில்லியன் கிலோவாட்டுகள் நம் நாட்டில் 2001–2002ல் தயாராகும் 573.2 பில்லியனை விட ஏறக்குறைய 12 மடங்கு அதிகம்.

இவ்வாறு ஏராளமான அளவில் மின் உற்பத்தியை அதிகரிக்க வேண்டுமானால் எந்தெந்த வழிகளில் எந்தெந்த தொழில் நுட்பங்களைக் கொண்டு எவ்வளவு பாதுகாப்பான மின்சாரம் தயாரிக்க முடியும். தற்சமயம் நிலவுகிற மின் தட்டுப்பாடு நம் நாட்டில் தொழில் துறையைப் பாதிக்கிற ஒரு முக்கியமான அம்சமாக அடிக்கடி சுட்டிக் காட்டப்படுகிறது. ஆனால் மின் உற்பத்திக்குப் பெரிதும் பயன்படுகிற நிலத்தடியில் இருந்து கிடைக்கும் எரிபொருள்களின் இருப்பும் வெகுவாகக் குறைந்து கொண்டே வருகிறது. நிலத்தடியில் கிடைக்கும் நிலக்கரி, கச்சா எண்ணெய், எரிவாயு போன்ற எரிபொருள்களை எரித்து அதன் உதவியோடு மின்சாரம் தயாரிக்கப்படுகிறது. பூமிக்கடியிலிருந்து கிடைக்கிற எரிபொருள்களுள் நிலக்கரி இந்தியாவின் தலையாய எரிபொருளாக இருந்து வருகிறது. இந்தியாவின் மொத்த மின்உற்பத்தியில் 70 சதவீதம் நிலக்கரியை எரிபொருளாகப் பயன்படுத்தி தயாரிக்கப்படுகிறது.

இந்தியாவில் கிடைக்கிற நிலக்கரியின் தரம் அவ்வளவு உயர்ந்ததல்ல. இந்திய நிலக்கரிகளில் 35 முதல் 50 சதவீதம் வரை சாம்பல் எஞ்சுகிறது. நம் நாட்டில் 221 பில்லியன் டன் நிலக்கரியும் அடக்கமான அளவிலேயே கச்சா எண்ணெய், இயற்கை எரிவாயு போன்றவையும் இருப்பதாகக் கணக்கிடப்பட்டுள்ளது. இந்தச் சூழ்நிலையில் நிலக்கரி மூலம் அனல் மின்சாரம் தயாரிப்பதே நமது முக்கிய மின்உற்பத்தி முறையாக வெகுகாலம் நீடிக்கும்.

மின்சாரம் தயாரிக்க எரிபொருளாகப் பயன்படும் நிலக்கரி எண்ணெய், இயற்கை எரிவாயு மற்றும் மரங்கள் ஆகியவற்றை ஒருமுறை எடுத்துப் பயன்படுத்தி விட்டால் அவை மீண்டும் உயிர்த்தெழுந்து உபயோகத்திற்கு வரப்போவதில்லை. ஆனால் ஒரு காலத்தில் இவையெல்லாம் சுத்தமாகத் தீர்ந்து போய்விடும். அதனால் வேறுவிதமான எரிபொருள்களைக் கண்டு பிடிக்க வேண்டிய கட்டாயத்திற்கு ஆளாவோம். ஆகவே முன்னெச்சரிக்கையாக நாமே பலவிதமான மாற்று எரிபொருள்களைக் கண்டு பிடிக்க வேண்டும்.

ஆற்றுநீரை அணை கட்டி பெரும்பாலும் அதிலிருந்து மின்சாரம் தயாரிப்பது நீர் வள மின்சாரம் ஆகும். அணைகளிலிருந்தும், நீர் வீழ்ச்சிகளிலிருந்தும் விழுகிற நீரைக் கொண்டு டர்பைன்களைச் சுழச் செய்வதன் மூலம் மின்சாரம் தயாரிக்கும் ஜெனரேட்டர்கள் இயங்குகின்றன. உலகின் மொத்த மின் உற்பத்தியில் 7 சதவீதம் இந்த முறையில் தயாரிக்கப்படுகிறது. இந்தியாவில் முதல் நீர்வள மின்சார உற்பத்தி நிலையம் 1897ல் டார்ஜிலிங்கில் நிறுவப்பட்டது.

நீரிலிருந்து மின்சாரம் எடுப்பதில் பல நன்மைகளும் உண்டு. முதலாவதாக நீர் வீணாகாது. இந்திய நதிகள் பூகோள ரீதியாக நாடெங்கும் இயற்கையாகப் பரவிக் கிடக்கிற விதத்திலேயே அவற்றில் நீர்மின்சாரம் தயாரிக்க நல்ல பல வாய்ப்புகள் நிரம்ப உள்ளன. நதி நீர் இணைப்பு மூலம் மின்சாரம் தயாரிப்பது அதிகச் செலவு பிடிக்கிற ஒரு திட்டமாகத் தோன்றுகிறது. ஆனால் பல இடங்களில் இருந்து நீர்வள மின்சாரம் தயாரிக்க அத்திட்டம் பயன்படக்கூடும் என எண்ணும் போது ஒரு தொலை நோக்கில் அத்திட்டத்தில் பலவித நன்மைகள் ஏற்படக்கூடும் எனத் தோன்றுகிறது. நம்நாட்டில் தற்சமயம் பல சிறு சிறு அணைக்கட்டுகள் மூலம் நீர்வள மின்சாரம் தயாரிக்கப்படுகின்றன.

சூரியசக்தி பெயரிலேயே தெரிவது போல சூரிய வெப்பத்திலிருந்து மின்சக்தி தயாரிப்பதை இது குறிக்கிறது. சூரிய வெப்பத்தை மெல்லிய போட்டோவோல் டெய்க் செல்கள் மின்சாரமாக மாற்றுகின்றன. இந்த மின்சாரத்தைக் கொண்டு பல கருவிகள் இணைக்கப்படுகின்றன.

காற்றிலிருந்தும் மின்சாரம் தயாரிக்கப்படுகிறது. இயற்கை காற்றிலே சுழலக்கூடிய டர்பன்கள் மூலம் காற்றாலைகளில் மின்சாரம் தயாரிக்க முடிகிறது. 1980களில் உலகெங்கும் காற்றில் சுழலக்கூடிய 20,000 டர்பைன்கள் நிறுவப்பட்டன. இன்றைய நாளில் காற்றில் இருந்து மின்சாரம் எடுத்தல் புதுப்பித்துக்கொள்ளக் கூடிய மின்வள ஆதாரங்களில் போற்றத்தக்க ஒன்றாக, எதிர்காலங்களுக்கென நல்ல வாய்ப்புகள் உள்ளதாகக் கருதப்படுகிறது. விஞ்ஞானிகளின் கணிப்புப்படி 2030ல்

காற்றிலிருந்து தயாரிக்கும் மின்சாரம் உலகின் மொத்த மின் உற்பத்தியில் 10 சதவீதமாக இருக்கும் என்று கருதப்படுகிறது. இந்தியா காற்றிலிருந்து அதிகமாக மின் உற்பத்தி செய்யும் உலகின் ஐந்து முன்னணி நாடுகளுள் ஒன்றாகத் திகழ்கிறது.

இந்திய காற்றாலைகளில் 95 சதவீதத்திற்கும் அதிகமான முதலீடு தனியார் துறையிலிருந்தே வருகிறது. தற்சமயம் 2 மடங்கு அதிகமான காற்றாலைகள் இந்தியாவில் உள்ளன. இந்தியாவை உலகின் புதிய "காற்றாலை மின் உற்பத்தி வல்லரசு" என அழைக்கிறது. காற்றாலைகள் அமைத்து மின்சாரம் தயாரிப்பதில் பல நன்மைகள் காணப்படுகிறது. காற்றுச்சூழலை மாசுபடுத்தாமலே மின்சாரம் தயாரிக்க முடியும்.

அணுமின்சாரம் யுரேனியம், புளுட்டோனியம் போன்ற கனிமங்களின் அணுக்களை உடைப்பதன் மூலம் உற்பத்தி செய்யப்படுகிறது. உலகெங்கும் தற்சமயம் 350 அணுமின் நிலையங்கள் இயங்கி வருகின்றன. இது இன்றைய உலக மொத்த மின்சார உற்பத்தியில் ஏறக்குறைய 5 சதவீதம் ஆகும். இம் மின் உற்பத்தி நிலையங்களில் இருந்து சுற்றுச் சூழலை மாசுபடுத்தும் புகையோ, காற்றோ எழும்புவதில்லை. இந்தியாவில் மெல்ல மெல்ல அணுமின் உற்பத்தியில் பங்களிப்பு அதிகரித்து வருகிறது. இந்திய அணுமின் சக்தித்துறை தீட்டியுள்ள ஏடு திட்டத்தின்படி உள்நாட்டிலேயே உற்பத்தியாகும் யுரேனியம் அழுத்தத்திற்குட்பட்ட கணநீர் ரியாக்டர்களும் அதன்பிறகு எரிக்கப்பட்ட எரிபொருளை மின் சுழற்சியில் உபயோகப்படுத்தி அதிவேக ஈணுலைகளில் மின்சாரம் தயாரிக்கவும்

தீர்மானிக்கப்பட்டுள்ளது. தற்சமயம் இந்தியாவில் ஆறு அணுமின் உற்பத்தி நிலையங்கள் இயங்கி வருகின்றன.

பயோ–மாஸ் மின்சக்தி மரங்கள் விவசாய விளைபொருட் கழிவுகள் போன்ற கனிம அங்கப் பொருட்களை எரிப்பதிலிருந்து உற்பத்தி செய்யப்படுகிறது. இக்காலங்களில் உலகின் பல நாடுகளில் பயோ மாஸ் மின்உற்பத்தி ஆலைகள் நிறுவப்பட்டுள்ளன. பயோகேஸ் வழியில் மின்சாரம் தயாரித்தல் பரவலாகிக் கொண்டிருக்கிறது.

இந்தியாவில் விசாகப்பட்டினம் மற்றும் ஐதராபத்தில் நகர்ப்புற குப்பைக்கூளங்களில் இருந்து முறையே 75 மெகாவாட் மின்சாரம் தயாரிக்கின்ற ஆலைகள் நிறுவப்பட்டுள்ளன. பயோடீசல் முறை என்பது சில வகை தாவரங்களிலிருந்து குறிப்பாக ஐட்ரோஃபா கர்கஸ் எனப்படும் ஒருவகை காட்டாமணக்கிலிருந்து பயோடீசல் தயாரிக்க முடியும். இந்தியாவில் இந்தவகை காட்டாமணக்கு ஆங்காங்கே பரவலாகக் காணப்படுகிறது.

கி. பி. 2000–ஆம் ஆண்டில் உலகத்தரம் வாய்ந்த பரிசோதனைகளின் மூலம் பயோ–டீசல் கலந்து ஓட்டப்படும் வாகனங்களால் சுற்றுச்சூழல் மாசுபடுவது வெகுவாகக் குறைவது கண்டுபிடிக்கப்பட்டுள்ளது. இந்த வாகனத்திலிருந்து வெளிவருகிற புகை மனித உடல் நலத்திற்குக் கேடு விளைவிக்க கூடியதல்ல. பொதுவாக டீசலைக் கொண்டு இயங்குகிற எல்லா வாகனங்களையும், இயந்திரங்களையும் இந்த பயோ–டீசலைக் கொண்டு இயக்க முடியும். இந்த பயோ –டீசல் நாம் சாதாரணமாகக் பெட்ரோல் பங்க்கில்

கிடைக்கிற டீசலில் 8 முதல் 10 சதவீதம் வரை கலந்து பயன்படுத்தினால் கூட நமது டீசல் இறக்குமதி வெகுவாகக் குறையும். நாடும் பல ஆயிரம் கோடி மதிப்புமிக்க அந்நியச்செலவாணி டீசலை இறக்குமதி செய்யும் பொருட்டும் வெளியேறுவதைத் தவிர்க்கலாம். இந்த பயோ–டீசல் உற்பத்தி நம் நாட்டில் பெருமளவு நிகழுமேயானால் நமது இறக்குமதி செலவினங்கள் குறைவதோடு சுற்றுச்சூழலும் மேம்படும்.

1951–இல் தொடங்கப்பட்ட கிராமங்களுக்கு மின்சக்தி அளிக்கும் திட்டம் ஒன்று மூலம் இதுவரை 5 லட்சம் கிராமங்களுக்கு மின் சக்தி இணைப்பு கொடுக்கப்பட்டுள்ளது. எனினும் இன்னும் 80,000 கிராமங்களுக்கு மின்சக்தி இணைப்புகள் அளிக்க வேண்டியுள்ளது. வழக்கமான மின்கம்பிகள் டிரான்பார்மர்கள் மூலம் மூலை முடுக்குகளில் இருக்கிற இயற்கையரண்களால் சூழப்பட்டுள்ள கிராமங்களுக்கு மின்வசதி அளிப்பது எளிதல்ல. எனவே அதுபோன்ற இடங்களில் மரபுசாரா மின்வசதிகளான சூரியஒளி. பயோ மாஸ் அல்லது காற்றாலை போன்ற மின்சார வசதிகளை அளிக்க முயற்சிக்க வேண்டும்.

நாட்டில் உள்ள நதிகளை இணைப்பது ஒரு முக்கியமான திட்டம் நம் நாட்டில் ஆங்காங்கே வெள்ளமும், பிற இடங்களில் வறட்சியும் மாறி மாறி மக்களைச் சோதனைக்குள்ளாக்குவதை இதன் மூலம் சமாளிக்க முடியும். இவ்வாறு இணைக்கப்படுகிற நதிநீர்களிலிருந்து மின்சக்தி தயாரிக்கவும் முடியும். நீர்ப்பிரச்சினைகளைச் சமாளிக்கவும், பெருகி வரும் மின்சக்தி தேவைகளைச் சமாளிக்கவும் சுற்றுச்சூழலைப்

பாதிக்காத வண்ணம் நாம் ஒரு தேசியத் திட்டம் மேற்கொள்ள வேண்டும்.

அதன் இலக்கை நீர்வளம் மிகுந்த இடங்களிலிருந்து உபரி நீரை நீர்வளப் பற்றாக்குறை உள்ள இடங்களுக்கு எடுத்துச் செல்ல வேண்டும். சுற்றுச்சூழலைப் பாதுகாப்பதை ஒரு லாபகரமான முயற்சியாக்க வேண்டியது நம் கண் முன்னே உள்ள ஒரு முக்கியமான பொறுப்பு நதிநீர் இணைப்புத் திட்டம் தனது செயல் திட்டங்களின் மூலம் இன்னும் அதிக நிலப்பரப்பை காடு வளர்ப்பின் கீழ் கொண்டு வரவும் முயற்சிக்க வேண்டும். ஆங்காங்கே வெட்டப்படுகின்ற வாய்க்கால்கள், இணைப்பு நதிகள், கட்டப்படுகிற அணைக் கட்டுகள் மூலம் இதற்கு நீர்வள உத்வேகம் கிடைக்கக் கூடும். இந்த நதிநீர் இணைப்புத் திட்டத்தால் *65,000* மெகாவாட் நீர்வள மின்சாரம் தயாரிக்க சாத்தியக் கூறுகள் உருவாகும் என்று கணக்கிடப்படுகிறது.

நம் நாட்டின் சக்தி ஆதாரங்களை வளப்படுத்த மும்முனைத் திட்டம் ஒன்றைக் கையாள வேண்டும்.

1. வழக்கமான பரம்பரையான மின்சக்தி தயாரிக்கும் தொழில் நுட்பங்களான அனல் மின் உற்பத்தி நீர்வள மின் உற்பத்தி போன்றவற்றில் முதலீடுகளை அதிகரிக்க வேண்டும்.
2. அணு மின்சக்தி மற்றும் மரபுசாரா மின்சக்தி தயாரிக்கும் திட்டங்கள் போன்றவைகளில் அதிகக் கவனம் செலுத்த வேண்டும்.
3. நல்ல விதத்தில் மின்சாரம் பகிர்ந்தளித்தல் மற்றும் தரமான மின்சக்தியோடு மின்சக்தி விரயத்தைத்

தவிர்ப்பதற்கான வழிமுறைகளையும் நாம் கருத்தில் மேற்கொள்ள வேண்டும்.

சுற்றுச்சூழலை மாசுபடுத்தாத சூரிய ஒளி மின்சாரம், காற்றாலைகள், பயோமாஸ் மற்றும் சிறு சிறு அணைக்கட்டுகள் மூலம் நீர்வள மின்சாரம் தயாரித்தல் ஆகியவற்றில் முதலீடுகள் அதிகரித்து வருகின்றன. இதனால் வர்த்தக ரீதியாக லாபகரமான சிறு சிறு சூரியஒளி மின்சாரத் திட்டங்கள் போன்றவை உலகச் சந்தையில் நிரம்பி வருகின்றன. இவற்றால் இந்தத் துறைகளில் துணிந்து சவால்களைச் சந்திக்கத் தயாராக உள்ளர்களுக்குப் பல புதிய வாய்ப்புகள் காத்திருக்கின்றன.

இவ்வாறு மின்சாரத் துறையில் வளர்ச்சியை ஏற்படுத்தி மக்கள் பயன்பெற பல முயற்சிகளை மேற்கொண்டார்.

●●●

9. இறுதிக்காலம்

நீ விழுந்த போதெல்லாம் தாங்கிப் பிடிக்கும், இத்தகை மனம் உடையும் போதெல்லாம் தட்டிக் கொடுக்கும் இந்தக் கை, தனியே நீ அழும் போதெல்லாம் உன் கண்ணீரைத் துடைக்கும் இந்தக் கை, அது வேறு யார் கையும் அல்ல, அது உன்னுடைய நம்பிக்கை.

இந்தியாவில் பல பாகங்களில் அனல் வீசும் சுடர் நெஞ்சங்கள் உள்ளன என்பது உறுதி. அவர்கள் பல்வேறு வயதுடையவர்கள். “தொழில் நுட்பத்தொலை நோக்கு' பல பணி இலக்குகளை உருவாக்கும். அவை நூற்றுக்கணக்கான பணித்திட்டங்கள் கொண்டதாக இருக்கும். இவையே நம் நாடு வளர்ந்த நாடு என்கிற தகுதியினை அடைய வழி வகுக்கும். ஆகையால் இந்தத் தொலை நோக்கு இலட்சியம் நனவாகும் என்பது உறுதியாகும். 2020ஆம் ஆண்டுக்குள் இந்தியா ஒரு

வளர்ந்த நாடாகத் தனி இடம் வகிக்க வேண்டும். உலகின் ஐந்து பொருளாதார வல்லரசு நாடுகளில் ஒன்றாக இந்தியா திகழ வேண்டும். தேசப்பாதுகாப்பில் தன்னிறைவு பெற வேண்டும் என்றெல்லாம் நம் நாடு முன்னேற மக்கள் முன்னேற பொன்மொழிகளைக் கூறிய கலாம் அவர்களின் இறுதிக்காலத்தில் பள்ளிக்கூடம் ஆரம்பித்து மாணவர்களுக்கு கல்வி கற்றுக்கொடுக்க விரும்பினார்.

1991, அக்டோபர் 15ஆம் நாள் 60 வயதை எட்டினார். ஓய்வு பெறும் நாளை எதிர்நோக்கி இருந்தார். ஓய்வு பெற்றதும் வசதிக்குறைவான ஆனால் திறமையான குழந்தைகளுக்காகப் பள்ளிக்கூடம் ஒன்றை ஆரம்பிக்க திட்டமிட்டார். அவரது நண்பர் பேராசிரியர் பி.ராமராவும் இணைந்து பள்ளி நடத்துவதாகத் திட்டமிட்டனர். ராம் கலாம் பள்ளி என்று பெயர் கூட அவர் சூட்டிவிட்டார்.

குறிப்பிட்ட லட்சியங்களுக்காகப் பாடுபடுவதும், குறிப்பிட்ட மைல் கற்களை எட்டுவதும் அவ்வளவு முக்கியமானதாக இருந்தாலும் கூட அதுவே வாழ்க்கையின் இறுதிக் கணக்காகி விடாது. பள்ளி ஆரம்பிப்பதில் இருவரின் கருத்தும் ஒன்றுதான். ஆனால் இந்திய அரசு பணியிலிருந்து விடுவிக்கவில்லை. அதனால் பள்ளித்திட்டத்தை தள்ளிப்போடும்படி ஆகிவிட்டது. மக்களுக்கு எப்படிப் பட்ட சூழ்நிலையிலும் விரக்தி மனப்பான்மை மட்டும் வரக்கூடாது. பிரச்சனைகள் எல்லாம் வாழ்க்கையின் ஒரு அங்கமாகும். கலாமின் வாழ்க்கை அனைவருக்கும் முன்னுதாரணமாக அமைய வேண்டும் என்று எண்ணினார்.

எங்கோ ஒரு கண் காணாத இடத்தில் வாய்ப்பு, வசதிகள் மறுக்கப்பட்டிருக்கும் ஒரு சமூக அமைப்பில் வாழ்ந்து கொண்டிருக்கும் ஏழைக்குழந்தைகளில் கொஞ்சம் பேராவது கலாமின் வாழ்க்கையில் உள்ள தேக்கநிலை, அவநம்பிக்கை போன்ற கஷ்டங்களைச் சந்தித்து தான் பின்பு வாழ்க்கையில் முன்னேறினார். அதைப்போல் நாமும் என்ன பிரச்சனைகள் வந்தாலும் நாம் அடைய வேண்டிய குறிக்கோளைச் சென்று அடைய வேண்டும். நாம் எந்த நிலையில் இருந்தாலும் இறைவன் தங்களுடனே இருந்து கொண்டிருக்கிறார் என்பதை நாம் மறக்கக் கூடாது.

நம் முன் இறைவன் இருக்கும் போது யார் நம்மை எதிர்க்க முடியும் என்ற எண்ணத்தை நாம் பெற வேண்டும் என்று மக்களுக்கு அறிவுறுத்தினார். கடவுள் உறுதியளித்தது ஒரு நாளுக்கான சக்தியை உழைப்பிற்கான ஓய்வை பாதைக்கான ஒளியை என்று உணர வேண்டும். தங்களுடைய உணர்ச்சிகளைக் கட்டுப்படுத்தத் தெரியாமல் பெரும்பாலான இந்தியர்கள் வாழ்க்கை முழுவதும் துயரங்களை அனுபவித்துக் கொண்டு இருக்கிறார்கள். ஏதோ மனச்சோர்வினால் செயலற்று முடங்கிப் போய் கிடக்கிறார்கள் அதற்கு மாற்று வழி சாத்தியமான ஒரே வழி அல்லது தீர்வு நல்ல காலம் வரும் வரை.... இப்படிப்பட்ட பதங்களை சாதாரணமாகப் பேசும்போது வியாபாரப் பேச்சுவார்த்தைகளிலும் சகஜமாகக் கேட்க முடிகிறது.

இது மக்களின் தோல்வி மனப்பான்மையையும், எதிர்மறை நடவடிக்கைகளையும் காட்டுகிறது. மக்கள் இதையெல்லாம் கண்டு சோர்ந்து போகாமல்

துணிச்சலுடன் வாழ்க்கையில் முன்னேற வேண்டும். இந்தியனுக்குள்ளும் உறைந்து கிடக்கும் அக்கினிக்குஞ்சு சிறகு முளைத்துப் பறக்கட்டும். இந்தி புண்ணியத் திருநாட்டின் கீர்த்தி ஜுவாலை, விண்ணிலும் பேரொளியைப் பரப்பட்டும் என்று கூறினார். இந்திய ராக்கெட் துறையில் அவருடைய சாதனை குறிப்பிடத்தக்கது. கலாமின் ஊன், உயிர், உள்ளொலி அனைத்தையும் அவர்களுடைய லட்சியத்தில் ஈடுபடுத்திப் பாடுபடுவதற்கு ஏற்ற சூழ்நிலையை இளைய தலைமுறையினருக்கு நான் உருவாக்கி கொடுத்திருப்பது தான் சாதனை என்று கூறினார்.

ஒரு லட்சத்தியத்திற்காக உறுதி எடுத்துக்கொள்ளும் போது தான் நீங்கள் ஒரு மனிதராக மாறுகிறீர்கள். இந்தப் பூமியில் உள்ள நாம் அனைவருமே இறைவனால் அனுப்பப்பட்டிருக்கிறோம். தங்களுக்குள்ளே இருக்கும் அனைத்து ஆக்கத்திறன் வளங்களையும் பயன்படுத்திக்கொண்டு மனசாட்சிக்குப் பணிந்து அமைதியாக வாழ்வதற்காக அவர் நம்மை படைத்திருக்கிறார். நமது வாய்ப்புகளைத் தெரிவு செய்வதிலும் நமது தலைவிதியை உருவாக்கிக் கொள்வதிலும் நாம் வேறுபடுகிறோம். வாழ்க்கை ஒரு சிக்கலான கட்டம்! ஒரு மனிதனாக வாழ்வதற்கான உங்களுடைய பிறப்புரிமையைத் தக்க வைத்துக் கொள்வதன் மூலம் மட்டுமே உங்களால் அதில் வெற்றி பெற முடியும். இந்த உரிமையைத் தக்க வைத்துக்கொள்ள வேண்டும் என்றால் நீங்கள் துணிச்சலுடன் செயல்பட வேண்டும். எந்த விஷயத்தையும் இப்படித்தான் செய்தாக வேண்டும் என்று மற்றவர்கள் நிர்ப்பந்தித்தைப் புறக்கணிக்கும் மன உறுதி தேவை என்னும் கருத்துக்களை

எல்லாம் மக்களுக்கு உணர்த்தியவர் கலாம் அவர்கள்.

ஐக்கிய நாடுகள் அவையில் ஏ.பி.ஜே.அப்துல் கலாமின் 79வது பிறந்தநாள் உலக மாணவர் தினமாக அறிவிக்கப்பட்டது. அவர் 40 பல்கலைக் கழகங்கள் வழங்கிய மதிப்புறு முனைவர் பட்டங்களைப் பெற்றுள்ளார். இந்திய விண்வெளி ஆராய்ச்சி நிறுவனம், பாதுகாப்பு ஆராய்ச்சி மற்றும் மேம்பாட்டு நிறுவனத்தில் சிறப்பாகப் பணியாற்றியமைக்கும் 1981ஆம் ஆண்டில் பத்மவிபூஷன் விருதையும் இந்திய அரசு வழங்கிக் கௌரவித்தது. இந்தியாவின் மிக உயரிய விருதான பாரத ரத்னாவை விஞ்ஞான வளர்ச்சி மற்றும் பாதுகாப்பு தொழில் நுட்பம் நவீனமயமாக்கல் அவரின் மகத்தான மற்றும் மதிப்புமிக்க பங்களிப்பிற்காகப் பெற்றார்.

டாக்டர் கலாம் அவர்கள் மக்கள் வாழ்க்கையில் முன்னேறுவதைப் பற்றி பல கருத்துக்களைக் கூறி மக்களை முன்னேற்றப் பாதையில் அழைத்துச் சென்றவர். 2015ஆம் ஆண்டு ஜூலை மாதம் 27ஆம் தேதி மதியம் 12 மணிக்கு கவுகாத்தி விமானத்தில் IA இருக்கையில் அவரும் IC இருக்கையில் அவருடைய உதவியாளர் ஸ்ரீஜன்பால்சிங்கும் அமர்ந்து 24 மணிநேரம் பயணம் செய்தனர். விமானம் டர்புலன்ஸ் ஆகும் போது உதவியாளர் பயப்படுவார். ஆனால் கலாமுக்கு எந்தப் பிரச்சனையும் இருக்காது. இப்படி ஒவ்வொரு முறையும் டர்புலன்ஸ் காரணமாக விமானம் ஆட்டம் காணும் போது உதவியாளர் பயத்தில் அமர்ந்திருக்க ஜன்னலை மூடிவிட்டு உங்களுக்கு இப்போது பயம் போயிருக்குமே என்பார்.

பின்பு கவுகாத்தியிலிருந்து மேகலாயா மாநிலத் தலைநகரான ஷில்லாங்கிலுள்ள இன்டியன் இன்ஸ்டிட்யூட் ஆஃப் மேனேஜ்மென்ட் போவதற்கு 2½ மணி நேரம் காரில் பயணம். மொத்தம் 5 மணி நேரம் பயணம் செய்து நாங்கள் இருவரும் சில பிரச்சனைகளையும், சில நடைமுறைகளையும் நாம் மேற்கொண்டு வருவதை நிறையப் பேசினோம், விவாதித்தோம். நான் இதுவரை அவருடன் நூற்றுக்கணக்கான முறை பயணித்திருக்கிறேன். ஒவ்வொரு முறையும் ஒவ்வொரு விசேஷமான அனுபவமாகவே எனக்கு இருக்கும் என உதவியாளர் கூறினார்.

டாக்டர் கலாமுடன் இந்தக் கடைசிப் பயணத்தி லிருந்து 3 முக்கிய சம்பவங்களைப் பகிர்ந்து கொள்கிறேன் என்று கூறினார்.

1. முதலாவதாக பஞ்சாப்பில் நடந்த தீவிரவாதத் தாக்குதல் பற்றியும் நடந்த சம்பவங்களைப் பற்றியும் மிகவும் கவலையுடன் இருந்தார் டாக்டர் கலாம். அங்கு அப்பாவி உயிர்கள் பலியாவது அவருக்கு பெரும் மனவேதனையை அளித்தது. ஷில்லாங்கில் அவர் பேச வேண்டிய தலைப்பு Creating Livable Planet Earth என்றும் இதனுடன் பஞ்சாப் சம்பவத்தை இணைத்து என்னுடன் பேசினார்.

பிறகு பொலியூஷனை விட மனிதர்களின் வேலைதான் இந்த உலகத்திற்கு மிகப்பெரிய அபாயத்தை ஏற்படுத்தும் என்றார். பின்னர் நமது நாட்டில் வன்முறை, மாசு, மனிதர்களின் பொறுப்பில்லாத நடவடிக்கைகள் இது தொடர்ந்தால் தாம் இந்த உலகை

விட்டு வேறு எங்காவது போய் விட வேண்டியது தான் என்று கூறினார். இப்படியே போனால் இன்னும் 30 வருடங்கள் தான் நமது உலகம் தாக்குப் பிடிக்கும். எனவே இளைஞர்களாகிய நீங்கள் தான் ஏதாவது செய்ய வேண்டும். இது நமது எதிர்கால உலகம் இல்லையா எனக் கூறினார்.

2. கடந்த இரண்டு நாட்களாகவே பாராளுமன்றத்தின் நடவடிக்கைகள் குறித்து கவலையாக இருந்தார் கலாம். நான் குடியரசுத்தலைவராக இருந்த போது இரண்டு முறை ஆட்சிகள் மாறியது. தான் பதவியில் இல்லாத போதும் பாராளுமன்றத்தில் நடக்கும் நிகழ்வுகளை நான் கவனித்துக் கொண்டே தான் இருக்கிறேன்.

பாராளுமன்றம் செயல் இழந்து தான் இருக்கிறது. நமது நாட்டின் வளர்ச்சிக்கான அரசியல் பாராளுமன்றத்தில் தான் நடைபெற வேண்டும். கலாம் அவர்கள் உதவியாளரிடம் என்னை ஷில்லாங் ஐ.ஐ.எம். மாணவர்களுக்கு சர்ப்ரைஸ் தர வேண்டிய ஒரு அசைன்மெண்ட் கேள்வியைத் தயார் செய்யச் சொன்னார். இந்தக் கேள்வியைத் தன்னுடைய உரை முடிந்த பின்னர் மாணவர்களுக்குச் சொல்வதாக இருந்தார். அந்தக் கேள்வி நாம் பாராளுமன்றம் இன்னும் சிறப்பாகச் செயல்பட வேண்டி 3 புதுமையான ஐடியாக்களை மாணவர்கள் தர வேண்டும் என்பது தான் அது. ஆனால் என்னிடமே இதற்குப் பதில் இல்லாத போது எப்படி மாணவர்களிடம் பதில் எதிர்பார்ப்பது என்று மிகவும் வருத்தத்துடன் இருந்தார் கலாம்.

3. ஷில்லாங் ஐ.ஐ.எம்.ல் அவர் பேச வேண்டும். பேச

வேண்டிய இடத்திற்கு ஆறு ஏழு கார்கள் கொண்ட அணிவகுப்பில் இரண்டாவது காரில் நானும் டாக்டர் கலாமும் பயணித்திருந்ததோம். அங்கு எங்களுக்கு முன்பு ஒரு ஜிப்சியில் பாதுகாப்புக்காக மூன்று வீரர்கள் இருந்தார்கள். அதில் ஒருவர் மட்டும் பாதுகாப்பிற்காக ஜிப்சி மேல் நின்று கொண்டு வந்தார். சுமார் ஒரு மணி நேரம் இருக்கும். கலாம் அவர்கள் "ஏன் அவர் நின்று கொண்டே இருக்கிறார் அவர் சோர்வடைந்து விடுவார் போல் இருக்கிறது" என்று கூறினார். உடனே வயர்லெஸ்ஸில் அவரை அமரச் சொல்லி தகவல் அனுப்புங்கள் என்றார் கலாம்.

பின்பு ரேடியோ மூலம் தகவல் அனுப்பினார்கள். அதுவும் வேலை செய்யவில்லை. அடுத்ததாக 3 மணி நேரப் பயணத்தில் 3 முறை அவரை அமரச் சொல்லுமாறு கை சைகை கொடுக்கச் சொல்லி என்னிடம் மீண்டும் நினைவூட்டினார். ஆனால் அதுவும் பலனிக்கவில்லை. பிறகு கலாம் அவர்கள் நான் அந்த பாதுகாப்பு வீரனைச் சந்தித்து நன்றி சொல்ல வேண்டும் என்று கூறினார்.

பிறகு ஷில்லாங் சென்றவுடன் அந்தப் பாதுகாப்பு வீரனை வரவேற்று வாழ்த்தினார். அவர் கைகுலுக்கி Thank You Buddy என்றார். பின்னர் நீ சோர்வாக இருக்கிறாயா? நீ ஏதாவது சாப்பிடு என்றார். அதற்கு அவர் "சார் உங்களுக்காக இன்னும் 6 மணி நேரம் கூட நிற்பேன்" என்றார். இதில் கலாமின் மனித நேயத்தைக் காணலாம்.

டாக்டர் கலாம் அவர்கள் மேடைப் பேச்சில் மாணவர்களைக் காக்க வைக்கக் கூடாது என்று

அடிக்கடி கூறுவார். அவருடைய மைக்கை உடனே சரிசெய்து மாணவர்களுக்கு லெக்சர் கொடுக்க உதவினேன். அவருடன் இருந்த 6 வருடங்களில் (Funny Guy) என்ற அவருடைய வார்த்தையைப் புரிந்து வைத்திருந்தேன். ஆனால் இது தான் இதுவே இறுதி முறை என்பது அப்போது எனக்குப் புரியவில்லை. பிறகு "Funny Guy Are you doing well" என்றார். 'ஆம்' என்றேன். அது தான் கலாம் என்னிடம் கூறிய கடைசி வார்த்தைகள் ஆகும்.

கலாம் அவர்கள் மேடைப்பேச்சில் 2 நிமிடங்கள் பேசியிருப்பார். ஒரு வாக்கியத்தை முடித்து விட நீண்ட இடைவெளி விட்டார். அப்போது நான் அவரைப் பார்த்தேன். மேடையிலிருந்து அப்படியே சரிந்தார் கலாம். அவரைத் தூக்கி நிறுத்தினேன். மருத்துவர் ஓடி வந்தார். எல்லா விதத்திலும் முயற்சித்தோம். அவருடைய கடைசி தருணத்தை மறக்கவே முடியாது.

முக்கால்வாசி கண்கள் மூடியிருந்த நிலையில் அவருடைய பார்வை இருந்தது. கலாமின் உதவியாளர் ஸ்ரீஜுன்பால்சிங் என்பவர் உடனே அவருடைய தலையைப் பிடித்தார். அவருடைய கை உதவியாளரின் விரல்களை இறுகப் பிடித்திருந்தன. அவர் மேடையிலிருந்து மயங்கி விழுந்த ஐந்து நிமிடத்தில் மருத்துவ மனையில் சேர்த்தனர். சில நிமிடங்கள் கழித்து கலாம் நம்மை விட்டுப் பிரிந்து விட்டார் என்று மருத்துவர்கள் சொன்னார்கள்.

நான் கடைசித் தடவையாக அவர் காலைத் தொட்டு வணங்கினேன். நமது உலகின் ஒளிதீபம் அணைந்து விட்டது என்றும் நம் அனைவரின் நினைவுகளில்

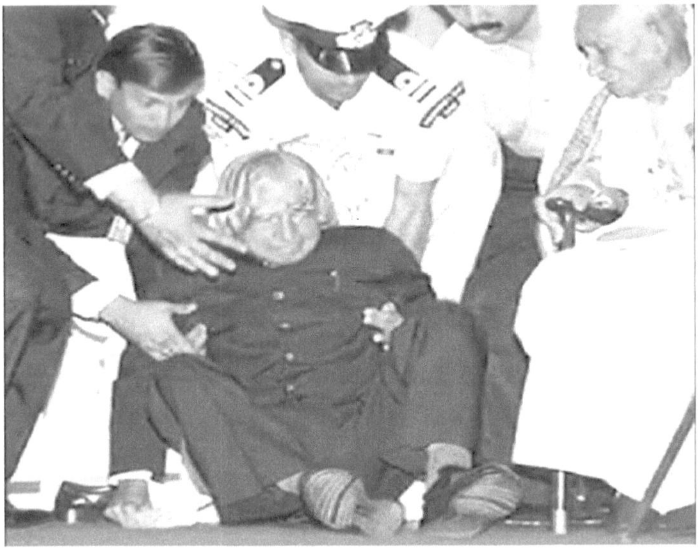

வாழும் மாபெரும் விஞ்ஞானி உலகமேதை மகாத்மா மண்ணில் மறைந்தார். டாக்டர் அப்துல் கலாம் அவர்கள் ஜூலை 27 2015ல் இந்தியாவின் மேகலாயா மாநிலத் தலைநகரான ஷில்லாங்கில் இந்திய மேலாண்மைக் கல்வி நிறுவனத்தில் மாணவர்களிடையே உரையாற்றுகையில் மாலை 6.30 மணியளவில் மயங்கி விழுந்தார். பின்னர் தனியார் மருத்துவமனையில் அனுமதிக்கப்பட்டு பின்னர் சிகிச்சை பலனின்றி காலமானார் டாக்டர் அப்துல் கலாம்.

டாக்டர் அப்துல் கலாம் தன் பிறந்த ஊரான இராமேஸ்வரத்தில் முழு இராணுவ மரியாதையுடன் 2015 ஆண்டு ஜூலை மாதம் 30ந் தேதி பேக்கரும்பு என்னும் இடத்தில் 1.85 ஏக்கர் நிலப்பரப்பில் கலெக்டர் நவீன்குமார் இடம் ஒதுக்கித் தந்த இடத்தில் நல்லடக்கம்

செய்யப்பட்டது. அதில் பிரதமர் நரேந்திர மோடி, காங்கிரஸ் பொதுச் செயலாளர் ராகுல்காந்தி உள்ளிட்ட முக்கிய தலைவர்கள் கலந்து கொண்டனர்.

டாக்டர் அப்துல் கலாம் அவர்கள் மண்ணை விட்டு மறைந்தாலும் நம் மனதை விட்டு மறையவில்லை. அவர் கண்ட கனவுகளை நாம் நிறைவேற்றுவோம். நாம் அனைவரும் இந்திய நாட்டின் வளர்ச்சிக்குப் பாடுபடுவோம்.

இந்தியாவின் ஆன்மா கலாம் அவர்கள் அவருடைய இறுதிப் பயணம் ஷில்லாங்கில் உள்ள இந்திய மேலாண்மைக் கல்வி நிறுவனத்திற்குச் சென்றது. மாணவர்களுக்கு எப்போதும் தமது கருத்துக்களை வெளியிடுவார். மாணவர்களிடம் பேசுவதற்கு ஆர்வமாக இருப்பார். அவர்கள்தாம் இந்தியாவை முன்னேற்றப்பாதைக்கு அழைத்துச் செல்வார்கள் என்ற நம்பிக்கையில் இந்திய மேலாண்மை கல்வி நிறுவனத்தில் கடைசியாகப் பேசிய தலைப்பு "வாழக்கூடிய கிரகம் பூமி' என்னும் தலைப்பு ஆகும். ஆனால் காலமுக்கோ அது வாழ முடியாத பூமியாக மாறிவிட்டது. மாணவர்களிடம் அந்தத் தலைப்பைப் பற்றி பேசுவதற்கு முன்பே 'டியர் பிரண்ட்ஸ்' என்ற வார்த்தை உதட்டை விட்டு வெளியேறியதுமே இந்தியாவின் இதயத்துடிப்பு மேடையிலேயே சரிந்து விட்டது. அருகில் உள்ள பெதானி மருத்துவமனையில் தான் நீண்ட முடி வளர்த்த வள்ளுவன், மீசை வைக்காத பாரதி, பட்டணத்தில் வாழ்ந்த பட்டினத்தாரின் ஆன்மத் துடிப்பு நின்று போனது. உலகிற்கு அப்போது தான் தெரிந்தது. எழுதப்படிக்கத் தெரியாத பல மனிதர்களில்

எமனும் ஒருவன் என்று புரிந்தது.

ஜூலை 30 வைகறை வாய் திறந்து அழுத்து! வானம் அழுத்து! உலக வரலாற்றில் முதன் முறையாக ஒரு தலைவனின் இறப்பிற்காக எந்த ஒரு பேருந்தின் கண்ணாடியும் உடைக்கப்படவில்லை. சிலைகள் சிரச்சேதம் செய்யப்படவில்லை. வர்த்தக நிறுவனங்கள் அடித்து நொறுக்கப்படவில்லை. அலங்கோலங்களும், ஆர்ப்பாட்டங்களும், மறியல்களும் நடக்கவில்லை. மாறாக அனைத்து மக்களின் கண்களிலும் கண்ணீர் வந்தது. உண்மையாக உழைத்த தலைவனுக்கு உண்மையாக இருநாற்று நாற்பது கோடி மக்களும் முதன்முதலாகக் கண்ணீர் வடித்தது இந்தத் தலைவனுக்கு மட்டுமே.

இறுதிச்சடங்கில் சுமார் 8 லட்சம் பேர் கூடினார்கள். இவர்களில் யாரும் புகையிலைப் பொருட்களையோ, மதுபாட்டில்களையோ பயன்படுத்தவில்லை என்பது இருபத்தியோராம் நூற்றாண்டில் எந்த தலைவனுக்கும் வழங்கப்படாத புகழ் அஞ்சலி ஆகும்.

தமிழகத்தில் உள்ள 534 பொறியியல் கல்லூரிகளிலும் கல்லூரி தொடங்கிய முதல் நாளான ஆகஸ்ட்3, 2015 அன்று அப்துல் கலாம் பற்றி வகுப்புகள் எடுக்கப்பட்டது. இந்திய வரலாற்றிலேயே முதல் முறையாக நடந்த நிகழ்வாகும்.

கலாமின் கனவை நிறைவேற்றிய பெருமை கேரள மாநில வெள்ளத் தூவல் ஊராட்சி அலுவலகத்தையே சாரும். நான் இறந்தால் விடுமுறை அளிக்கக் கூடாது. மாறாக கூடுதல் பணி செய்ய வேண்டும் என்று அப்துல்கலாம் கூறியதை நிறைவேற்றும் பொருட்டு 2015 ஆகஸ்ட் 2 ஞாயிற்றுக்கிழமையன்று கேரளா மாநிலம்

மூணாறுக்கு அருகில் உள்ள வெள்ளத்தூவல் ஊராட்சி பணியினைத் தொடர்ந்தது. சகோதர சமயத்தைச் சார்ந்த மறைந்த மாண்புமிகு டாக்டர் ஆ.ப.ஜெ. அப்துல் கலாமிற்கு சமயம் கடந்து மதம் கடந்து அஞ் சலி செலுத்தியது இந்திய வரலாற்றில் இதுவே முதன் முறையாகும்.

சிதம்பரம் நடராஜர் கோவிலில் நெய் தீபமும், நான்கு கோபுரங்களில் மோட்ச தீபமும் ஏற்றப்பட்டன. இராமேசுவரம் ராமநாத சுவாமி கோவிலில் நான்கு கோபுரங்களிலிலும் மோட்ச தீபம் ஏற்றப்பட்டது. பதவியிலிருந்து மறைந்த மாமனிதர்களுக்கு மட்டும் மரபை முதன்முதலில் மாற்றிப் பதவியில் இல்லாதவருக்கு மோட்ச தீபம் ஏற்றப்பட்டது இதுவே முதல் முறை. சென்னையில் தமிழ்நாடு பிராமண இளைஞர்கள் மத நல்லிணக்கப் பேரவை சார்பில் அப்துல் காலமின் ஆத்மா சாந்தி அடைய மோட்ச தீபவேள்வி நடத்தப்பட்டது.

மறைந்த ஏவுகணைத் திட்டத்தின் தந்தை அப்துல் கலாம் அவர்களின் நினைவினைப் போற்றும் வகையில் மத்திய, மாநில அரசுகள் நாட்டின் முக்கிய இடங்கள், சாலைகள், கல்வி நிறுவனங்கள், 'பூங்காக்கள், அறிவியல் மையங்களுக்கு கலாம் பெயரினையும், சாதனையாளர்களுக்கு கலாம் பெயரில் விருதுகளும் வழங்கிச் சிறப்பித்து வருகின்றன. கலாமின் பிறந்த நாளான அக்டோபர் 15ஆம் நாள் தமிழ்நாட்டில் இளைஞர் எழுச்சி நாளாகத் தமிழ்நாடு அரசு சார்பில் கொண்டாடப்படும். ஒவ்வொரு ஆண்டும் சுதந்திர தின நாளான ஆகஸ்ட் 15ஆம் நாள் அறிவியல் வளர்ச்சி, மாணவர் நலன் மற்றும் மனிதவியலில் சிறப்பாகச்

செயல்பட்ட ஒருவருக்கு டாக்டர் ஏ.பி.ஜே. அப்துல் கலாம் விருது' வழங்கப்படும். இந்த விருது ஒரு பவுன் தங்கப்பதக்கமும், 5 லட்ச ரூபாய் பணமும், பாராட்டு சான்றிதழையும் உள்ளடக்கியதாகும்.

மகாராஷ்டிரா மாநிலம் கலாமின் பிறந்த நாளான அக்டோபர் 15ஆம் நாளை மாநில சிறப்பு நாளாக அறிவித்துள்ளது. பீகார் அரசு கிஷான் கஞ்ச் விவசாயப் பல்கலைக் கழகத்திற்கு கலாமின் பெயரைச் சூட்டி சிறப்புச் செய்தது. புதுடில்லி மாநில அரசு அவுரங்கசீப் சாலைக்கு அப்துல்கலாம் சாலை என்னும் பெயரைச் சூட்டி கவுரவித்துள்ளது. உத்திரப்பிரதேசத்தில் முதலமைச்சர் மாநிலத் தொழில் நுட்பப் பல்கலைக்கழகத்திற்கு அப்துல் கலாம் பெயர் சூட்டப்படும் என அறிவித்தார். ஆந்திரப் பிரதேச

சட்டசபையில் அப்துல் கலாமிற்குப் புகழாரம் சூட்டப்பட்டுள்ளது. இருபத்தொன்றாம் நூற்றாண்டின் சிறந்த மனிதர் அப்துல் கலாம் என்றும் புகழாரம் சூட்டிக் கௌரவித்துள்ளது.

அமெரிக்காவைத் தலைமையிடமாகக் கொண்டு செயல்படும் கூகுள் தளம் முதன் முதலாகப் பாரத ரத்னா டாக்டர் அப்துல் கலாமின் இறப்பிற்கு அஞ்சலி செலுத்தும் விதமாக 30-7-2015 அன்று ஒருநாள் முழுவதும் தனது முகப்புப் பக்கத்தில் (கூகுள் டூல்ஸ்) "கருப்புநிற பேண்ட் இடம்பெறச் செய்தது. அந்தக் கருப்பு நிற பேண்ட் மீது மவுஸ் கர்சர்"ஐ வைத்தால் காலமின் நினைவுகள் என எழுதப்பட்டிருந்தது. முதன்முதலாக இந்தியர் ஒருவரின் இறப்பிற்கு நினைவு அஞ்சலி செலுத்தியது கூகுள் தளம்.

உலகமே போற்றும் வகையில் வாழ்ந்த மாமனிதரின் வாழ்க்கை நெறிகளை நாமும் பின்பற்றி நடந்து நாட்டை வளப்படுத்த வேண்டும்.

●●●

10. தலைவர்களுடன் கலாம்

பிரதமர் வாஜ்பாய்க்கு அன்று 79ஆவது பிறந்தநாள். முன்னாள் ஜனாதிபதி அப்துல்கலாம் மரபை மீறி ரேஸ்கோர்ஸ் சாலையில் உள்ள பிரதமரின் இல்லத்திற்குச் சென்று வாழ்த்துத் தெரிவித்தார். அழகான பூங்கொத்து கொடுத்து தானே எழுதிய கவிதைகள் அடங்கிய வாழ்த்து அட்டை ஆகியவற்றைக் கொடுத்து வாழ்த்து தெரிவித்தார். அந்த வாழ்த்து அட்டையில் உங்களுக்கு எனது இனிய பிறந்த நாள் வாழ்த்துக்கள்.

துப்பாக்கிகள் அமைதியாக இருக்கும்போது
புவியில் மலர்கள் மலர்கின்றன
நல்ல ஆன்மாக்களை நறுமணம் சூழ்கிறது

அவர்களோ அழகான அமைதியை உருவாக்கியவர்கள் என்று எழுதியிருந்தார் கலாம்.

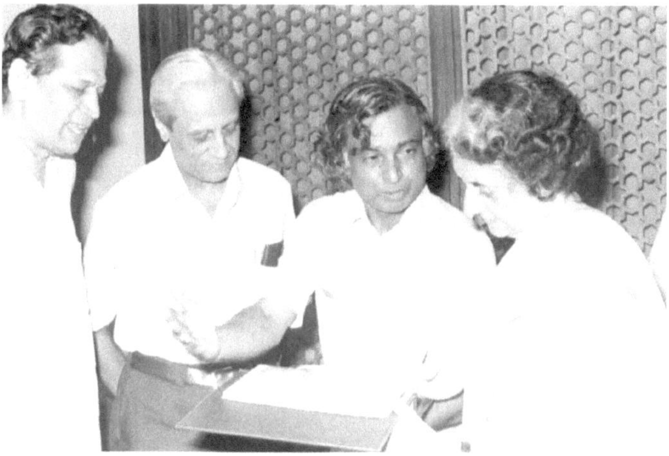

டெல்லி பிரபல காந்தீய எழுத்தாளர் விஷ்ணு பிரபாகர் தள்ளாத வயதில் உள்ளவர். பத்மபூஷன் விருது பெற்றவர். அவருடன் சிறந்த நட்புறவை வைத்திருந்தார். குடியரசுத் தினத்தன்று ஜனாதிபதி மாளிகையில் நடந்த தேனீர் விருந்துக்கு அழைக்கப்பட்டிருந்தார். இருபதாம் நூற்றாண்டில் இந்தியா ஒரு விண்வெளி நாடு என்று வரலாற்றுச் சாதனையைப் படைத்தது. உலகமெங்கும் இருந்து பாராட்டுச் சான்றிதழ்கள் குவிந்தன.

பாரதப் பிரதமர் இந்திராகாந்தி, பேராசிரியர் சதீஸ் தவான், டாக்டர் பிரம்ம பிரகாஷ் ஆகியோரும் பாராட்டினர். அப்துல் கலாமைப் பத்திரிக்கைகள், ஊடகங்கள் பாராட்டின. இந்திராகாந்தியின் அழைப்பை ஏற்று டெல்லி சென்ற கலாமை பிரதமர் பாராட்டியதோடு பாராளுமன்ற அவையில் பேசவும் பணித்தார்.

பாராளுமன்றத்தில் நம் நாட்டின் அறிவியல் ஆற்றலை

உலகுக்கு நிரூபிக்கும் அரிய வாய்ப்பினை எனக்கு நல்கிய உங்கள் அனைவருக்கும் நன்றிக்கடன் பாராட்டுகிறேன் என்று உரையாற்றினார். அதோடு நாடாளுமன்ற உறுப்பினர்கள் அனைவரின் நல்மதிப்பையும் பெற்றார். புகழ்மிகு அணு விஞ்ஞானி ராஜா ராமாண்ணாவுடன் கலாமிற்கு நெருங்கிய நட்புறவு இருந்தது. ராஜா ராமாண்ணா கலாமைத் தனிப்பட்ட தேநீர் விருந்துக்கு அழைத்தார். தொலைவில் அவரைக் கண்டு போற்றி வந்த கலாமுக்கு இப்போது அவருடன் நெருங்கிப் பழகும் வாய்ப்பு வந்து சேர்ந்தது.

டி.ஆர்.டி.எல். துறையில் நாராயணனும் அவரது குழுவும் டெவில் ஏவுகணை தயாரிப்பில் சாதனை புரிந்திருந்தாலும் அத்திட்டமும் கிடப்பில் போடப்பட்டிருந்தது. அத்திட்டத்தை நிறைவேற்ற கலாமை டி.ஆர்.டி.எல். இயக்குனராக நியமிக்க அரசு முடிவு செய்தது. கலாமின் விண்வெளி ஆராய்ச்சியில் குருவாக விளங்கியவர் விக்ரம் சாராபாய் அவர்கள். அவர்களுடன் நெருங்கிய தொடர்பு கொண்டிருந்தார் கலாம் அவர்கள். கலாமிற்கு ஒய்.எஸ். ராஜன் என்ற விஞ்ஞானி, பிரம்ம பிரகாஷ், டாக்டர். ஈஸ்வர்தாஸ், ஆராவமுதன் போன்ற பல தலைவர்களுடன் தொடர்பு கொண்டு நாட்டை விஞ்ஞானத் துறையில் முன்னேற்றம் காணச் செய்தார்.

●●●

www.ingramcontent.com/pod-product-compliance
Lightning Source LLC
LaVergne TN
LVHW040446051026
849517LV00002B/778
* 9 7 8 9 3 8 7 6 5 5 5 4 6 *